దేవుడి భార్య

దేవదాసి వ్యవస్థపై నవల

జాని తక్కెడశిల

Ukiyoto Publishing

All global publishing rights are held by

Ukiyoto Publishing

Published in 2024

Content Copyright © Johny Takkedasila

All rights reserved.
No part of this publication may be reproduced,
transmitted, or stored in a retrieval system, in any
form by any means, electronic, mechanical,
photocopying, recording or otherwise, without the
prior permission of the publisher.

The moral rights of the author have been asserted.

This is a work of fiction. Names, characters, businesses, places, events, locales, and incidents are either the products of the author's imagination or used in a fictitious manner. Any resemblance to actual persons, living or dead, or actual events is purely coincidental.

This book is sold subject to the condition that it shall not by way of trade or otherwise, be lent, resold, hired out or otherwise circulated, without the publisher's prior consent, in any form of binding or cover other than that in which it is published.

అంకితం

ఎం.ఎస్.సుబ్బులక్ష్మి గారికి
గౌరవంతో...

వర్షం పడేలా ఉంది, మీ అమ్మ ఇంకా రాలేదా? ఎందుకు పోయిందది? చెప్తే వినదు. పశువులను అమ్మేద్దామని నెత్తి, నోరు కొట్టుకొని చెప్పినా వినలేదు. ఈ పాడు వర్షంలో యాడైన కాలు జారి కిందపడితే చూసుకునేవాళ్లు ఎవరు? కిందపడితే తనే చూసుకోవాల్సి వస్తుందని భయం, భార్య కిందపడితే తనను ఎవరు సాకుతారని జంకు.

ఇంటికి పెద్ద అనిపించుకోడానికి అప్పుడప్పుడు అరుస్తాడు. అరవకపోతే పిల్లలు తన మాట వినరని, తనను తండ్రిగా భావించరని, హోదాను కాపాడుకోడానికి, ఇంటికి తానే పెద్దని నిరూపించుకోడానికి పిల్లలను అరుస్తాడు, భార్యను కొడతాడు, రాత్రికి బుజ్జగిస్తాడు. అలా బుజ్జగించడంతోనే ముగ్గురు సంతానం కలిగారు. ఇంకా బుజ్జగిస్తూనే ఉన్నాడు.

"వర్షం వర్షం వర్షం"
"ఉరుములు, మెరుపులు"

'పాత శివాలయం కూలుతుందేమో! అన్నట్లు వర్షం. శివాలయం వెనుక వంక పారుతోంది. వంక నీటిలో శివాలయం కొట్టుకుపోతే! శివుడు నీటిలో మునిగిపోతే!'

మస్తాన్ ఇంటి ముందున్న ఇంట్లోని వరండాలో టెంకాయ చెట్లు గాలికి ఊగుతున్నాయి. దెయ్యం పట్టినవారు జుట్టు విరబోసుకొని ఊగినట్లు. ఇంతకూ దెయ్యాలు ఉన్నాయా? ఉంటే! మనుషులకు ఎందుకు పడతాయి? మనిషి తాననుకున్నది చేయలేనప్పుడు, చేసే అవకాశం లేనప్పుడు ఊహిస్తాడు, ఊహల్లో

బతికేస్తాడు. దెయ్యం, దేవుడు కూడా ఊహ, అభూతకల్పన, అవాస్తవిక చిత్రణ, భ్రమ, అయోమయం, ధైర్యం.

'వర్షం.. వర్షం.. వర్షం.. కరువు జిల్లాలో వర్షం. కరువు మాత్రమే పోతుందా? ప్రాణాలు కూడా పోతాయా! వర్షం.'

చీకటి-వర్షం, చీకట్లోని బతుకులను చీల్చే వర్షం, వెలుగుల కోసం వర్షం. వెలుగు, చీకటి.

వర్షం కురుస్తోంది చీకటి తెగుతోంది. సన్న కాలువ, పిల్ల కాలువ, వీధులు, బజారులు, రోడ్లు తడిసిపోయాయి, మునిగిపోయాయి.

మేఘాలు రాలిపడుతున్నట్టు వర్షం. ఎదురింటి వరండాలో టెంకాయ చెట్లు ఊగుతున్నాయి, వంగుతున్నాయి. గుడిసె మీద పడతాయేమో, గుడిసె కూలుతుందేమో!

పైకప్పు చెల్లాచెదురై నీటిలో మెహతాజ్ కొట్టుకుపోతుందేమో, కరెంటు పోయింది. దానికి సాక్ష్యం ఎదురింటిలో లైట్ వెలగడం లేదు. వర్షం కరువుతో పాటు మమ్మల్ని కూడా తీసుకుపోతుందా!.

సూర్యుడు మునిగిపోయాడు మేఘాల్లో, వర్షంలో. ఇప్పుడే వస్తాడో, లేదో! బహుశ ఈరోజు రావడం కష్టం, తెల్లవారితే రావచ్చు.

సూర్యుడు వస్తే ఏంటి? రాకపోతే ఏంటి? 'బీవి ఇంకా రాలేదు' ఏమైందో? ఎక్కడుందో? ఇంకా కొండల్లోనే ఉందో! దావలో ఆగిపోయిందో! బీవి ఇంటికి రాకపోతే మెహతాజ్ ను ఎలా సాకేది?

మొన్నే ఇద్దరు ఆడపిల్లలకు పెళ్ళిళ్ళు కూడా చేసింది. ఇప్పుడు ఇంట్లో మెహతాజ్ మాత్రమే ఉంది. మెహతాజ్ ఆరు ఎండాకాలాలను చూసింది. దాన్ని ఎవరు పెంచుతారు, ఎవరు పెళ్లి చేస్తారు, దాని పెళ్లి కథ పక్కనపెట్టు సారా నీళ్లకు డబ్బు ఎవరు ఇస్తారు? కోడిపంద్యాలు ఆడాలంటే ఎలా? బీవి ఇంటికి చేరుకోవాలి, వర్షం ఆగిపోవాలి.

'కరువుతో నాకేం సంబంధం.. వర్షం వద్దు. కొందరికి వర్షం కావాలి, కొందరికి వద్దు. ఎవరి అవసరాలు వాళ్లవి, ఎవరి కోరికలు వాళ్లవి' కానీ కాలాన్ని శాసించడం ఎలా కుదురుతుంది? ఈ వర్షం ఎందుకు పడుతోంది, ఎవరికోసం పడుతోంది, ఎవరిని అడిగి పడుతోంది. వేళాపాళా లేదా? ఏవేవో ఆలోచనలు మస్తాన్ చుట్టూ చేరి ఇబ్బందిపెట్టాయి, విసిగించాయి, భయపెట్టాయి, గోల చేశాయి.

ఎనుములను అమ్ముదామంటాడు.. అమ్మితే ఇంట్లో గడవదు. వాటివల్లే ఇల్లు నడుస్తోంది, తాగుతున్నాడు, కోడిపంద్యాలు ఆడుతున్నాడు. ఎనుములు లేకపోతే ఆడపిల్లల పెళ్లిళ్లు ఎలా చేసి ఉండేది? ఒక్కక్షణం బీవి రాకపోయినా ఫర్వాలేదు ఎనుములు క్షేమంగా రావాలనుకున్నాడు.

భార్య పోతే ఇంకో భార్య వస్తుంది. ఇంకో భార్య వస్తుందన్నది తన ధైర్యం కాదు సమాజం ఇచ్చిన ధైర్యం. ఎనుములు పోతే మళ్ళీ రావు. ఎనుములు రాకపోతే సారా ఉండదు. డబ్బు సంపాదించడం చేతకాదు, చేతకానితనం. చవట, దద్దమ్మ, తాగుబోతు, తిరుగుబోతు. కోడిపంద్యాలు ఆడతాడు కానీ డబ్బు కోసం కాదు, మజా కోసం.

కోళ్లు కొట్టుకుంటూ ఉంటే ఆనందంగా, రంజుగా, కంటికి ఇంపుగా ఉంటుంది. పందెంలో తన కోడి గెలిస్తే విజయం. అది కోడి విజయం కాదు తన విజయం, తన వీరత్వం, తన పరువు, తన అహంకారం, తన మర్యాద, తన హోదా. కోడి గెలిస్తే ఊళ్లో వాళ్లు కోడి గురించి మాట్లాడరు తన గురించి, తన విజయం గురించి.

పుంజు అంటే మస్తాన్ దేనని కొందరు, మస్తాన్ పుంజుకు ఎదురులేదని కొందరు, ఏం పెట్టి పెంచుతాడో? కానీ బరిలోకి దిగితే విజయమే. అలాంటి మాటలు వినాలని ఆత్రుత, దురద, వ్యసనం.

కోడిపంద్యాలలో మస్తాన్ పుంజులు ఎన్నో చనిపోయాయి. చనిపోతే ఏంటి? బీవి దగ్గర డబ్బు గుంజుకొని ఇంకో పుంజును కొంటాడు. పుంజు చనిపోతే ముట్టడు, హలాల్ మాంసమే తింటాడు. వాస్తవానికి హలాల్ కానిది కూడా తింటాడు కాని తన కులపోళ్ళు ఏం అనుకుంటారోనని తినడు.

ఇంకా చెప్పాలంటే పందెంలో పుంజు ఓడిపోయిన తర్వాత అక్కడున్న మాదిగోళ్లకు, మాలోల్లకు పుంజును దానం చేస్తాడు. అదేదో పెద్ద ఘనకార్యం అయినట్టు భావిస్తాడు. తన కులం పెద్దదని సమాజం చెప్పింది. ఇతర కులాలు నీచమైనవని, తక్కువ కులాల వాళ్లు మనుషులే కాదని, బానిసలని పెద్ద కులాలకు చాకిరీ చేయడం కోసమే పుట్టారని తన ఆలోచన, తన భావన, తన అహం, తన కొవ్వు.

పుంజును తినడానికి హలాల్ చేస్తే ఏంటి? చేయకపోతే ఏంటి? ఎలాగైనా దాన్ని చంపేగా తినాలి. మనుషులను వేరు చేయడానికి కులాన్ని, మతాన్ని గుర్తు చేసి వారి సామాజిక హోదాను

గుర్తు చేసుకోడానికి కులాల పేరుతో హోదాలను నిర్ణయించిన సమాజాన్ని అగ్రకుల ఆధిపత్యాన్ని పాతిపెట్టాలి. మీరు ముద్దార్ తింటారు, మీరు కాఫర్, మీరు సయితాన్ వారసులు, బిడ్డలు, పీడితులు. మేము దేవుడి బిడ్డలం, సరైన మార్గంలో నడిచేవాళ్లం.

'వర్షం.. వర్షం.. వర్షం'
'ఆగింది'

శబ్దాన్ని తెంచి నిశబ్దం ఆక్రమించింది. తన ఆధిపత్యాన్ని నిరూపించుకుంది. టెంకాయ చెట్లు సడి-సప్పుడు చేయకుండా నిలబడ్డాయి. కొద్దిసేపటి క్రితమే తమ ప్రతాపాన్ని చూపాయి. గాలితో సంగమించి విర్రవీగాయి. కాలం అందరిని ఊపుతుంది. ఊగి ఊగి ఆగిపోవాల్సిందే. బాగా పారిన వంక తన పూర్వ స్థితిని ధరించింది. శివాలయానికి ఏం కాలేదు, శివుడు కొట్టుకుపోలేదు. మస్తాన్ ఇంటి పైకప్పు భద్రంగానే ఉంది. మెహతాజ్ ఏడ్చి పడుకుంది.

వర్షం ఆగింది కాని మస్తాన్ ఆలోచనలు మాత్రం ఎంతకూ ఆగలేదు. ఈ వర్షానికి వంకబడి కట్టకాడ బీవి కొట్టుకుపోయిందేమో! లేదంటే గరండాల వంతెన కింద చనిపోయిందేమో! వెతకాలి, వెతకాలి బీవిని వెతకాలనే అనుకున్నాడు కాని ఎనుములను వెతకడానికి బయలుచేరాడు. వెతుకుతున్నది ఎనుములనే కాని భార్యను వెతుకుతున్నట్టు భ్రమపడ్డాడు. అందరూ అలా అనుకోవాలని తాపత్రయం చెందాడు.

వంకబడి కట్టకాడ ఎనుములు కనపడలేదు, గరండాల వంతెన కింద పశువులు కాని మనుషులు కాని చనిపోలేదు, రుద్రమదేవి గుట్ట ఎక్కి చూశాడు. అంతా నిర్మానుష్యం. రాణితోపు

వైపు వెతికాడు ఎలాంటి జాడ లేదు. రంగనాయకుల గుడి వైపు వెళ్ళాడు. ఎనుములు కనపడ్డాయి మరి బీవి?! వెతకాల్సిన అవసరం లేదనుకున్నాడు. బతికుంటే వస్తుంది, చనిపోయి ఉంటే కొట్టుకుపోయి ఉంటుంది. యాడైన తేలితే ఎవరో ఒకరు చెప్తారు. ముందు ఎనుములను ఇంటి దగ్గర కట్టేయాలి.

ఎనుములను అదిలించాడు అవి కదలడం లేదు, మెదలడం లేదు. బాదాడు, తన్నాడు, తోక పట్టుకొని గెలికాడు, వర్షానికి బాగా తడిసిన కట్టెను తీసుకొని కొట్టాడు, చరిచాడు, వేధించాడు. తన భార్యను కొట్టినట్లే, చరిచినట్లే, వేధించినట్లే.

'ఎనుములు అరిచాయి, ఏడ్చాయి, బాధపడ్డాయి.' మస్తాన్ కొడుతున్నందుకు కాదు.

'ఎనుముల కళ్లలో నుండి వర్షం.. వర్షం.. వర్షం.. కొద్దిసేపటి క్రితం పడిన వర్షం కంటే ఉధృతంగా, బలంగా, బాధగా, కనుగుడ్లు ఊడిపోయేలా, చూపు కనుమరుగు అయ్యేలా.'

***

ఎనుములు ఎందుకు కదలడం లేదో మస్తాన్ కి అర్థం కాలేదు. భార్య అయినా, ఎనుములైనా తనమాట వినాల్సిందే. తన దృష్టిలో రెండూ ఒక్కటే. కోపం ఎక్కువైంది. ఎనుములను తన్ని.. భార్యను తన్నినట్లు భావించాడు. ఎనుములను తిట్టి.. భార్యను తిట్టినట్లు భ్రమించాడు.

భార్యను ఎందుకు తన్నాలి? తిట్టాలి? భార్యను తన్నడానికి, తిట్టడానికి కూడా కారణాలు కావాలా? కారణం లేకుండా భార్యను ఏమైనా చేయవచ్చు. చేసే అధికారం తనకు ఉందని నమ్మకం, బరితెగింపు. మెడలోకి తాళిబొట్టు, నుదుటిపై బొట్టు, చేతులకు గాజులు, కాళ్లకు మెట్టెలు, ముక్కుకు ముక్కుపుడక ఇంకా అనేకం ఇచ్చాడు. అవన్నీ తానేమి కొనివ్వలేదు అయినా అవి వేసుకోడానికి అవకాశం ఇచ్చాడు. అదే గొప్ప విషయం, ఘనకార్యం.

మహిళలు పెళ్లి చేసుకోవాలి, భర్త కాళ్ల కాడ పడి ఉండాలి, భర్త ఎలాంటివాడైన భరించాలి. భర్తే సర్వస్వం అనుకోవాలి అప్పుడే పతివ్రత అవుతుంది. లేదంటే లంజ, ముండమోపి, విధవ ఇంకా ఎన్నో!.

'ఎనుములను కొట్టడానికి చిన్న బర్ర అయితే కుదరడం లేదని పెద్ద బర్ర కోసం వెతికాడు. అటూ, ఇటూ చూశాడు. దూరంగా బీవి తెలివి లేకుండా పడుంది. యదపై కొంగు లేదు, మోకాళ్ల వరకు చీర జరిగి ఉంది. కాళ్లకు, చేతులకు రక్తం.'

బీవిని అలా చూడగానే మస్తాన్ కి అయ్యో పాపం అనిపించలేదు. ఎవరితోనే కులికిందని కోపం, వర్షానికి తడిచి కింద పడిపోయిందని ఆలోచించలేకపోయాడు. ఎవరినో పెట్టుకుంది, వాడితో పడుకుంది.

వర్షానికి నాని, గాలికి తూలి నడవలేక, నడిచే శక్తిలేక, బలం కోల్పోయి రోడ్డుపై పడిపోయి ఉంటుందని అనుకోలేదు. అలా అనుకోడు కూడా.. ఎందుకంటే? చాలా మంది భర్తలు భార్యలను

అనుమానిస్తారు, అనుమానించడం కాదు భార్యల గురించి భర్తలు ఏం అనుకుంటే అదే నిజం.

భార్యల గురించి ఏమైనా అనుకోవచ్చు. భార్యలు మాత్రం భర్తల గురించి ఏమీ అనుకోకూడదు. అనుకుంటే ఇంట్లో స్థానం ఉండదు. భర్తను వదిలితే పుట్టింటికి వెళ్ళే అవకాశం అందరికి ఉండదు. వేరే వాడి దగ్గర ఉంటే పెట్టుకున్నది, ఉంపుడుగత్తె, లంజ, వేశ్య అవుతుంది.

బీవి దగ్గరికి వెళ్లి ముఖంపై చరిచాడు, జుట్టు పట్టుకొని లాగాడు, వక్షోజాలను ఒత్తి చూశాడు, నడుముపై గుర్తులున్నాయేమోనని వెతికాడు. అంతా సరిగానే ఉంది. అయినా అనుమానం, ఏదో జరిగిందనే భ్రమ. పక్కనే గుంతలో ఉన్న వర్షపు నీళ్లను ముఖంపై చల్లాడు. ఆ చంపా, ఈ చంపా వాయించాడు. గస పోసుకుంటూ బీవి లేచింది, బిత్తరచూపులు చూసింది, తాను బతికే ఉన్నానని నిర్ధారించుకుంది. మస్తాన్ వికృతంగా కనపడ్డాడు. లేచిన వెంటనే కొంగు, ఒంటి మీద బట్టలు సర్దుకుంది.

స్త్రీలకు ప్రాణం పోయినా ఫర్వాలేదు కాని మానం పోకూడదు. ఎంత చెత్త సామెత? 'పురుషులకు మానం ఉండదు మరి స్త్రీలకే ఎందుకు? పురుషాగం వీరత్వానికి ప్రతీక మరి మర్మాంగం?'

'ఏమే? ఎవడైనా పోటు వేసి పోయినాడా? లేదంటే నువ్వే పోటు వేయించుకున్నావా?'

భర్త మాటలు విన్న బీవి ముఖంలో ఎలాంటి స్పందన లేదు. పెళ్లి అయినప్పటి నుండి అలాంటి మాటలు ఎన్నో వినింది, వినడం అలవాటు చేసుకుంది. అప్పట్లో చలించేది, బాధపడేది, ఏడ్చేది. ఈ మధ్య అలాంటివి లేవు. ఉన్నా లాభం లేదనుకుంది. బిడ్డల భవిష్యత్తు గురించి మాత్రమే ఆలోచించడం తన ఉద్యోగం అయ్యింది.

అలాంటి స్థితిలో తనను చూసిన మస్తాన్ ప్రేమగా మాట్లాడాలని, ఆతృతగా దగ్గరకు తీసుకోవాలని, గాబరా పడుతూ ఏమైంది? ఎలా ఉన్నావని అడగాలని? ఆశ పడింది. ప్రపంచంలో బీవిలా ఎంత మంది ఆశ పడుతున్నారో?! ఆ కలలన్నీ నిజం అవుతాయా? స్త్రీలు తమ భర్తల నుండి అటువంటి ప్రేమను, ఆప్యాయతను, అనురాగాన్ని పొందగలరా?.

***

లేచి ఎనుములను తోలింది. మౌనంగా కదిలాయి, వర్షం పడిన తర్వాత మట్టి పరిమళంలా కదిలాయి, చల్లని గాలిలా కదిలాయి.

మస్తాన్ కి కోపం, ఆవేశం, కొవ్వు, మదం, అహంకారం తన మాటలకు సమాధానం చెప్పని భార్యపై కదిలించినా, విదిలించినా, కొట్టినా, తన్నినా కదలని ఎనుములపై. తట్టుకోలేకపోయాడు, ఉండబట్టలేక పోయాడు, ప్రతీకారం తీర్చుకోవాలనుకున్నాడు, తనను బేఖాతరు చేస్తున్నారని భావించాడు. నడిరోడ్డు మీదే భార్యను తన్నాడు. కిందపడింది, అమ్మా అని అరిచింది, అరుపు

కాదు బాధ. అమ్మా! అని అరిచిన అరుపును ఎనుములు విన్నాయి, బాధపడ్డాయి.

'మూగరోదన' ఎనుములది, బీవిది.

'పెద్ద కట్టెను తీసుకొని ఎనుములను బాదాడు, కొట్టాడు, తన్నాడు.'

'భార్య చీరను లాగుతూ చెప్పవే.. చెప్పు.. ఎవడు వాడు? ఎప్పటి నుండి సాగుతోంది?'

బీవి సహనాన్ని కోల్పోలేదు. ఎందుకంటే? తన మెడలో తాళి కట్టిన భర్త కనుక, అతను లేకపోతే గాజులు ఉండవు, బొట్టు ఉండదు.

పనికిమాలినవి ఎన్నో ఉండవని భయం, బాధ. భర్త లేకపోయినా అవన్నీ వేసుకోవచ్చని, వేసుకోడానికి ధైర్యం చేస్తే సరిపోయేది.

ఎనుములు మాత్రం మస్తాన్ ని పరిగెత్తించాయి, ఎత్తి కుమ్మాయి. మస్తాన్ పెత్తనాన్ని సహించలేకపోయాయి. తమ మెడలో తాళి లేదని గ్రహించాయి. ఎనుముల్లో ఎంతటి తిరుగుబాటు, ఎంతటి పోరాటం, ఎంతటి విప్లవం, ఎంతటి చైతన్యం.

బీవిలో లేకపోవడం దారుణం, అన్యాయం, మూర్ఖత్వం, అమాయకత్వం, చేతకానితనం, ధైర్యం చేయలేకపోవడం, నిస్సహాయత. స్త్రీలు జయించాలి, ఎదిరించాలి, ఉగ్రరూపం దాల్చాలి.

ఏమే దొమ్మరిముండ? ఎనుములను నాపైకి తోలుతావా? నన్ను చంపడానికి ఉసిగొల్పుతావా? నిన్ను వదలను ముక్కలు ముక్కలు చేస్తా, కోసి కారం పెడతా అంటూ గట్టిగా వదురుకుంటూ ఇంటికి పరిగెత్తాడు.

తాను చేయలేని పని ఎనుములు చేసినందుకు ఆనందపడింది, మనసు కుదుటపడింది, భర్తకు దెబ్బలు తగిలాయేమోనని బాధపడింది.

దెబ్బలు తగిలితే తానే సుబ్బారెడ్డి దగ్గరకు తీసుకెళ్లాలి, మందు ఇప్పించాలి దానికి ఖర్చు అవుతుంది. సుబ్బారెడ్డి గాడు చిన్నదాన్ని కూడా పెద్దది చేసి చెపుతాడు, మందులకు ఎక్కువ డబ్బులు తీసుకుంటాడు, గవర్నమెంటు ఆసుపత్రికి వెళ్ళాలంటే ఒకరోజు పని వదులుకోవాలని భయపడింది. భర్తకు ఏం కాకూడదని లేని దేవుడిని మొక్కుకుంది.

పెద్దగా దెబ్బలేం తగలలేదు కానీ అక్కడక్కడ మూగదెబ్బలు తగిలాయి. దెబ్బలకు తట్టుకోలేక సన్నని జ్వరం కాసింది. ఎనుముల జోలుకు వెళ్ళకూడదనుకున్నాడు కాని వాటిని చంపాలన్నంత పగ పెంచుకున్నాడు. అవకాశం దొరికితే చంపాలనుకున్నాడు.

పశువులను పెంచుకుంటూ పాలు, పెరుగు అమ్ముకుంటూ వచ్చిన డబ్బుతోనే కుటుంబాన్ని నెట్టుకు వస్తోంది బీవి. తల్లిదండ్రులు పిల్లప్పుడే చనిపోవడంతో మేనమామ దగ్గరకు తీసుకున్నాడు. ఎంత దగ్గరకు అంటే పడక గది వరకు. బీవికి, మస్తాన్ కి ముప్పై సంవత్సరాల వ్యత్యాసం ఉంది.

బీవి పెద్ద మనిషి అయినప్పటి నుండే బుగ్గలను నిమిరాడు, వీపుపై చేతులేసి రుద్దాడు, పెదవులను నలిపాడు, అనేక అంతర్గత శారీర భాగాలను కొరికాడు, గిల్లాడు, కామాన్ని తీర్చుకున్నాడు. పెంచిన విషయం మరిచాడు. పెళ్లి కాకపోవడం, ఒంటరిగా ఉండటం, కామాన్ని అదుపు చేసుకోలేకపోవడంతో తన కోరికలను తీర్చుకోడానికి బీవి శరీరాన్ని ఉపయోగించుకున్నాడు.

అందరికి తెలిసేలా పెళ్లి చేసుకోలేదు. పడకగదిలో భార్యవని చెప్పాడు. తల ఊపింది. సంత నుండి నల్లపూసల దండ తెచ్చాడు. మెడలో వేసుకుంది. అప్పటి నుండి భార్యగా చలామణి అయ్యింది, అవుతూనే ఉంది.

పులివెందుల చుట్టు పక్కల ఉన్నా నలపురెడ్డిపల్లె, అంబకపల్లె, చిన్నకూడాల, పెద్ద కూడాల, వేముల, అంకాలమ్మగూడూరు లాంటి పల్లెలకు పోయి నాటు కోళ్లు తెచ్చి పులివెందులలో అమ్మడం, పులివెందుల లైన్స్ క్లబ్బులో పేకాట ఆడటం, వంకబడి దగ్గర పాడుబడిన తగ్గు మిద్దెలో దొంగసారా అమ్మడం లాంటివి చేసి డబ్బు సంపాదించేవాడు మస్తాన్.

సంపాదనను ఇంట్లో మాత్రం ఇవ్వడు. సారాలో సంపాదించింది కోళ్ల పంద్యాలకు, కోళ్ల పంద్యాలో సంపాదించింది పేకాటకు పెట్టేవాడు. ఊరంతా చిన్నాచితక అప్పులు చేయడంతో మస్తాన్ ని ఎవరూ నమ్మడం లేదు. ఇప్పుడు పనేమీ చేయడం లేదు. బీవి పశువులను పెంచుతోంది. పశువులు.. బీవిని, పిల్లలను, మస్తాన్ అనే పశువును కూడా భరిస్తున్నాయి, భరించి పెంచుతున్నాయి.

ఐదు ఎనుములు, మూడు దున్నపోతులను పెంచుతోంది బీవి. వాస్తవానికి దున్నపోతులు ఉండేది రెండే తన కళ్లకు మస్తాన్ కూడా దున్నపోతు మాదిరే కనపడతాడు. కడుపుకు అన్నం లేకపోయినా మీసాలకు సంపంగి నూనె అన్నట్టుగా మస్తాన్ తాగుబోతు, తిరుగుబోతే కాదు ఊరికి పెద్ద మనిషిలా చలామణి అవుతున్నాడు కూడా.

పెద్ద మనిషిలా చలామణి కావడానికి పెద్ద కారణాలు అవసరం లేదు. వయసులో పెద్దవాడని కొందరు, తమ పిల్లలను చెరుస్తాడని భయంతో కొందరు, ఊళ్లో జాతర, తిరుణాల జరిపించడానికి కాస్తో కూస్తో డబ్బులిస్తాడని కొందరు, ఉతికిన బట్టలు వేసుకొని పెద్దోడిలా కనపడతాడని కొందరు. అలా అనేక కారణాలు ఉండటంతో ఊళ్లో పెద్ద మనిషిగా చలామణి అవుతున్నాడు.

అప్పుడంటే అంతో ఇంతో సంపాదిస్తున్నాడు కనుక ఊళ్లో జరిగే ఉత్సవాలకు డబ్బు ఇచ్చేవాడు. ఇప్పుడు తానే పశువుల మీద, భార్య మీద ఆధారపడి బతుకుతున్నాడు. అందుకే ఊళ్లో పెద్ద మనిషి హోదాను కొద్ది కొద్దిగా కోల్పోవాల్సి వచ్చింది.

భార్యను కొడతాడని, సరిగా చూసుకోడనే కారణాలతో మాత్రం తన పెద్ద మనిషి హోదాను కోల్పోవడం లేదు. ఎందుకంటే భార్యను కొట్టడం, హింసించడం, బెదిరించడం, తన్నడం, బాదటం, రక్కడం, గుద్దడం, పొడవడం లాంటివి సర్వసాధారణం. అందరూ చేసేవే. అవి పెద్ద తప్పులేమి కాదు. మగవాడి లక్షణం, అధికారం. వాటిని పట్టించుకోవాల్సిన అవసరం లేదు.

ఊళ్లో జాతర జరుపుతున్నారని జాతర తేదీలను దండోరా వేసి చెప్పాడు మాదిగ మల్లన. దండోరా వేసిన తర్వాత ప్రజలు ఊరు దాటి వెళ్లకూడదు. ఆడపిల్లలను ఇంటికి పిలుచుకోవాలి. పండగకు యాటలు, కోళ్లు కోసి అల్లుళ్లకు మర్యాద చేయాలి. బట్టలు పెట్టి పంపడం అలవాటు, సంప్రదాయం, సంస్కృతీ.

ఏదో ఒక సాకుతో అల్లుళ్లను సాకుతుండాలి. ఏదో ఒకటి ఇస్తుండాలి. లేదంటే అలుగుతారు, భార్యలను దెప్పిపొడుస్తారు. అందుకే అత్తమామలు ఎంత బీదవారైన అల్లుళ్లకు కానుకలు ఇస్తూనే ఉంటారు. తమకు లేకపోయినా వాళ్లకు పెడతారు, వాళ్లు తినకపోయినా అల్లుళ్లను పశువులను మేపినట్లు మేపుతారు. అల్లుళ్లు అత్తగారింటి పరిస్థితిని అర్థం చేసుకోరు, చేసుకోవాల్సిన అవసరం లేదని వాళ్ల అభిప్రాయం.

కులాలకు, మతాలకు సంబంధం లేకుండా పులివెందుల ప్రజలందరూ జాతర చేసుకుంటారు. ఆ దండోరా బీవి గుండెల్లో గునపంలా దిగింది. ఆ దండోరా బీవి కంట్లో సముద్రంలా పొంగింది. ఆ దండోరా బీవిని బాధపెట్టింది, భయపెట్టింది.

***

ఊరంతా జాతర హడావిడిలో మునిగిపోయింది. గడపలు పసుపు పూసుకున్నాయి. వాకిళ్లు తోరణాలతో స్నేహం చేశాయి. ఇంటి ముందు మేకలు, పొట్టేళ్ళు, ఎనుములు, ఎద్దులు మేత మేస్తున్నాయి. మరో రెండు రోజుల్లో అవి మనుషుల పంటి కింద నమలబడతాయి. వాటి రక్తం అమ్మవారి దాహాన్ని తీరుస్తుంది. రక్తాన్ని తాగేది అమ్మవారు ఎలా అవుతుంది? అవుతుందని కొందరు,

కాదు.. కాలేదని మరికొందరు గొడవపడతారు. గొడవ తెగదు, తెల్లవారదు.

అల్లుళ్లను ఇంట్లో పడుకోబెట్టి ఇంటివారు బయట పడుకున్నారు. అల్లుడు ఇంటికి వస్తే సర్దుకోవాలి, అల్లుడికి చాకిరీ చేయాలి, తాము సద్దిబువ్వ తిని అల్లుడికి మాంసం వండాలి. అల్లుడు బాగుండాలి, ఎలాంటి ఇబ్బంది కలగకూడదు. కలిగితే అత్తగారింటిలో బిడ్డకు అవమానం, హేళన, నీచపు మాటలు.

నా బిడ్డ ఇంటికి వస్తే కనీసం పడుకోడానికి సౌకర్యం లేదని, యాట కోసే దిక్కు దివాణం లేదులే కనీసం కోడి పీకైనా తెగాలి కదా! పాడు కొంపకు ఇచ్చి నా కొడుకుకు అన్యాయం చేశానని అత్త ఇంతెత్తు లేస్తుంది. అందుకే అల్లుళ్లను పసి పిల్లోళ్ల మాదిరి చూసుకోవడం ఊరి రివాజు. ఆ ఊరేనా?! ఎక్కడైనా అంతేనేమో!.

గుడి ముందు పందిరి లేచింది. గుడిలో ప్రత్యేక పూజలు మొదలయ్యాయి. ప్రత్యేక పూజలకు బీదవారికి అనుమతి ఉండదు. టికెట్ కొనాలి, పూజకు ఏవేవో సామాన్లు సమకూర్చాలి. రెండు నుండి ఐదు వందల వరకు ఖర్చు అవుతుంది. ప్రత్యేక పూజలో అమ్మవారిని దగ్గర నుండి దర్శించుకోవచ్చు. అమ్మవారి ఆశీస్సులు నిండుగా, మెండుగా దొరుకుతాయి.

అమ్మవారిని రకరకాల వేషాల్లో ముస్తాబు చేశారు. కొందరు అమ్మవారిని గుర్తుపట్టారు, మరి కొందరు గుర్తు పట్టలేకపోయారు. గుడి మొత్తం లైట్లతో వెలిగిపోయింది. గుడి లైట్లతో వెలగాలంటే ఎన్ని గుడిసెల్లో లైట్లు ఆరిపోవాలో!.

అభిషేకాలు, నైవేద్యాలు, తప్పెట్లతో తాళాలతో అమ్మవారికి మొక్కులు చెల్లించుకునేవారు చెల్లించుకుంటున్నారు. రెండు చేతుల్లో యాపమండలను తీసుకొని పూనకంతో ఎగురుతున్నారు. అప్పుడప్పుడు యాపాకును తినడం, నాలుక బయటకు తీసి అరవడం, నిమ్మకాయను నమలడం చేశారు. మరికొందరు యాటలు కోస్తున్నారు, పూనకం వచ్చిన వారిలో కొందరు ఆ రక్తాన్ని సప్పరిస్తున్నారు, కొందరు నెత్తిపై చల్లుకుంటున్నారు, కొందరు రక్తాన్ని చూసి స్పృహ కోల్పోయారు.

అరుపులు, కేకలు, మూగజీవాల రోదనలో పూజారి చదివే మంత్రాలు వినపడటం లేదు. వినపడినా ఆ మంత్రాలు అర్థం కావు. అర్థం అవ్వాల్సిన అవసరం లేదని కొందరు, అర్థం చేసుకోడానికి ప్రయత్నిస్తున్నవారు కొందరు, అసలు పూజారి మంత్రాలు చదవడని ఊరికే గొణుగుతాడని కొందరు. ఇలా రకరకాల ఆలోచనలు, రకరకాల కోరికలు, అభ్యర్థనలు, అర్జీలు.

అమ్మవారిని ప్రసన్నం చేసుకోడానికి పూజారి చేతికి పదో, పాతికో పెట్టి ప్రత్యేకంగా గుర్తించమని కొందరు విన్నవించుకున్నారు. పూజారి మెడలో దండ వేసి, బట్టలు పెట్టి కాళ్లపై పడ్డారు.

హారతి పళ్ళెంలో చిల్లర వేసినోళ్లకు పువ్వును, నోటు వేసిన వాళ్లకు టెంకాయ చిప్పను అందించడం పూజారి ఆచరించే పద్ధతి.

గుంపులో కొందరికి బొట్టు పెడతాడు, ఇంకొందరి వైపు తదేకంగా చూసి పిడికెడు పూలు తీసుకొని విసిరికొడతాడు, కొందరికి ఎక్కువసేపు శఠగోపం పెట్టి కళ్ళు మూసుకొని ఏదో చదువుతాడు, చదివినట్టు నటిస్తాడు. అది నటన అని కొందరికి తెలుసు,

మరికొందరికి తెలియదు, కొందరు వింతగా చూస్తారు, మరికొందరు మహాప్రసాదంలా భావిస్తారు, ఇంకొందరు అసహ్యంగా ముఖం తిప్పుకుంటారు.

ఊరి పెద్దమనిషి రాకతో మామూలు జనాలకు అమ్మవారు దర్శనాన్ని నిరాకరించింది. కొద్దిసేపు డబ్బు ఉన్నవారికి, పట్టు చీరలు పెట్టేవారికి, జాతర జరపడానికి నిధులు సమకూర్చిన వారికి, ఊళ్లో పేరు ప్రఖ్యాతాలు ఉన్నవారికి దర్శన భాగ్యం కలిగించింది ఆ మహాతల్లి.

'గుడి లోపల రద్దీ, గుడి ముందు రక్తం, గుడి వెనుక రంధి.'

పక్క ఊర్ల నుండి వచ్చినవారికి, అదే ఊళ్లో గుట్ట మీద ఉన్నవారికి మధ్య గొడవ రాజుకుంది. యాడ నుండో వచ్చి పండగపూట మాకు యాపారం లేకుండా చేస్తారా అని పులివెందుల వేశ్యలు గొడవకు దిగారు. జుట్లు జుట్లు పట్టుకున్నారు, చీరలు చింపుకున్నారు, నోటిని కంపు చేసుకున్నారు.

ఊరి పెద్ద వచ్చి సమస్యకు పరిష్కారం చెప్పాడు. ఎవరి యాపారం వారిది, ఎవరి రేటు వారిది, మీరంతా డబ్బు కోసం వచ్చారు, వీళ్ళంతా సుఖం కోసం వచ్చారు. గొడవ పెట్టుకోకుండా గుట్టుగా కానియ్యండి అన్నాడు.

పక్క ఊరి నుండి వచ్చిన గుంపు నుండి ఒకామెను ఇంటికి రమ్మని మీసం మేలేశాడు, కైపుగా చూశాడు, సైగా చేసి ఇంటికి రమ్మని చెప్పాడు. తాను ఏం చెప్తే అది జరగాలి శాసనం, పద్ధతి, కట్టుబాటు, పెద్దరికం.

గుడికి కొందరు భక్తితో, కొందరు రక్తితో, కొందరు అయోమయంలో, కొందరు సమస్యలు తీరతాయని, కొందరు సమస్యలు తీరాయని, కొందరు మొక్కుకోవడం కోసం, కొందరు తిట్టడం కోసం, కొందరు న్యాయం అడగడానికి, కొందరు అమ్మవారి అలంకరణ చూడటానికి, కొందరు ప్రసాదం కోసం, కొందరు కోళ్లు కోసిన తర్వాత కోడి తలకాయలను ఏరుకోడానికి, కొందరు జాతరలో ఆడోళ్లను గెలకడానికి, బాధలు తీర్చమని కొందరు, తీరిన బాధలకు లంచాలు ఇవ్వడానికి కొందరు ఎవరి కారణాలతో, ఎవరి అవసరాలతో వాళ్లు గుడికి వెళ్లారు.

బీవి కూడా గుడికి వెళ్ళింది. బీవితో పాటు ముగ్గురు కూతుళ్లు, ఇద్దరు అల్లుళ్లు, మస్తాన్ కూడా వెళ్లాడు. బీవి, కూతుళ్లు గుడిలోకి, అల్లుళ్లు గుడి వెనుకకు, మస్తాన్ గుడి పక్కన వెలసిన కల్లు దుకాణానికి వెళ్లారు. ఇంటి నుండి అందరు ఒక చోటుకనే వెళ్లారు కానీ వారి వారి కోరికల మేరకు విడిపోయారు. అమ్మవారు విడగొట్టిందేమో!.

అల్లుళ్లు ఇంటికి వచ్చారని కోడిని కోసింది. వంట ఇంట్లో ఒక అల్లుడికి, మరో గదిలో ఇంకో అల్లుడికి జాగా ఇచ్చి బయట పడుకుంది. మస్తాన్ ఇంటికి వెళ్ళడు. జాతర అయిపోయే వరకు కల్లు దుకాణమే తన ఇల్లు. అక్కడే భక్తి-రక్తి, విందు-పొందు, సరసం-సమరం, సుఖం- అమరత్వం.

రెండు రోజులపాటు జాతర కన్నులవిందుగా జరిగింది. చివరిరోజున అమ్మవారిని ఊరంతా తిప్పుతారు. అమ్మవారి ఊరేగింపుగా ఒక బండిలో ఊరేగుతుంది. ఆ బండి ముందు హిజ్రాల

గుంపు డ్యాన్స్ చేస్తున్నారు, వారి ముందు ఇంకో గుంపు కోలాటం ఆడుతున్నారు, వాళ్ల ముందు ఇంకో గుంపు కట్టెలతో విన్యాసాలు చేస్తున్నారు.

ఆ గుంపులకు అవతల, ఇవతల వేశ్యలు గిరాకీ మాట్లాడుకుంటున్నారు, దాని ముందు ఒక మేకపిల్ల కాళ్లు కట్టేసి ఎత్తుగా వేలాడదీసారు. అది గింజుకుంటోంది, భయపడుతోంది. జనమంతా దాన్ని వింతగా చూస్తున్నారు, దాని అరుపులకు కొందరు నవ్వుకుంటున్నారు, కొందరు అయ్యో! పాపం అనుకుంటున్నారు, కొందరు మొక్కుకుంటున్నారు. దాని కళ్లలో మరణం, హింస, మానవ హింస, రాక్షసత్వం, అమ్మవారి నిర్దయ, చేతకానితనం. ఇంతకూ అక్కడ అమ్మవారు ఉన్నదా!?.

తాగుబోతులు సారా కోసం, ఆడవారు మగవారి కోసం, మగవారు ఆడవాళ్ల కోసం, యువకులు యువతుల కోసం రకరకాల కారణాలతో వచ్చిన వారితో ఊరేగింపు సాగుతోంది. కొందరు ఇంటి ముందు నీళ్లు చల్లుకున్నారు, మరికొందరు ప్యాడ నీళ్లు చల్లుకున్నారు, ఇంకొందరు ఇంటి ముందు ప్యాడతో అలికి, ముగ్గులు వేశారు.

బాగా బలిసినవారు చేసిన తప్పులు, అన్యాయాలు మాఫీ చేసుకోడానికి జాతరలో అందరికి పానకం పోస్తున్నారు, తాగడానికి నీళ్లు ఇస్తున్నారు, బొరుగులు, కారాలు కలిపి పంచుతున్నారు. అదంతా సేవ అనుకోవాలి కానీ కాదు. భయంతో, బెరుకుతో.

బీవి కూడా ఇంటి ముందు నీళ్లు చల్లింది. ముగ్గులు వేయడానికి తన మతం ఒప్పుకోదు. అందుకే వేయలేదు. లేదంటే

వేసి ఉండేదేమో! అమ్మవారు ఊరేగింపు ఇంటి ముందుకు రావడానికి మరో పది నిముషాలు పడుతుంది. పక్కింటి స్వామిని అడిగి అమ్మవారికి ఏమేమి పెట్టాలో తెలుసుకుంది. ఒక టెంకాయ, ఆకు వక్కలు, ఊదికడ్డీలు, కర్పూరం, తీపి అన్నం పళ్ళెంలో సిద్దంగా పెట్టుకుంది. ఏమేమి పెట్టుకోవాలో చెప్పినందుకు స్వామికి రెండు రూపాయల లంచం కూడా ఇచ్చుకుంది.

నా బిడ్డల సంసారం బాగుండాలి, మూడోదానికి మంచి మొగుడు దొరకాలి, తన తాడు తెగకూడదు, భర్త తాగుడు మానేయాలి. ప్రతి సంవత్సరం కోరుకున్నదే కోరుకుంది. మార్పు వస్తుందని ఆశ పడింది, మార్పు రావడం లేదని నిరాశ పడుతుంది, అమ్మవారి దయ తనపై లేదని బాధపడుతుంది, తనను తాను తిట్టుకుంటుంది, అల్లాను, అమ్మవారిని కలిపి తిడుతుంది.

ఇంటి ముందుకు అమ్మవారి ఊరేగింపు వచ్చింది. అమ్మవారిని వేడుకుంది, బతిమిలాడింది. నువ్వే దిక్కని మొర పెట్టుకుంది. టెంకాయను పూజారికి ఇచ్చింది, హారతి అందుకుంది. పూజారి బండి వాడి వైపు చూసి పద అన్నట్టుగా సైగా చేశాడు. బండి కదలడం లేదు. ఎద్దులు ముందుకు అడుగు వెయ్యడం లేదు. మొత్తం నిశబ్దం, ఏం జరుగుతోందో అర్థం కాలేదు.

పూజారి జైమాత అని కేక వేశాడు. అందరూ అనుసరించారు. కేకలు, అరుపులు, పూనకాలు, అలజడి, అయోమయం. బీవికి ఏం అర్థం కావడం లేదు. తన ఇంటి ముందు నుండి అమ్మవారి బండి ఎందుకు కదలడం లేదు, నేనేం పాపం

చేశాను, నా మీద అమ్మవారికి కోపం వచ్చిందా? అమ్మా! తల్లీ! క్షమించు అని గొంగెలు పెట్టి ఏడ్చింది.

ఊరేగింపులో ఉన్న జనాలకు ఏం చేయాలో అర్థం కావడం లేదు. అందరూ పూజారి వైపు చూశారు. పూజారి ఏం చేయాలో తెలియక, తికమకలో పూనకం వచ్చినట్టు ఊగాడు, నటించాడు, జీవించాడు.

జాతరలోని గుంపు నుండి ఒక మహిళ పూనకంతో ఊగింది, యాపాకు నమిలింది, నిమ్మకాయను కొరికింది. ఆడవాళ్లు పూనకం వచ్చిన మహిళకు బొట్టు పెట్టారు, హారతి ఇచ్చారు.

'శాంతించు తల్లి! ఏం కావాలో చెప్పు?' భయంగా, భక్తిగా అడిగారు.

'ఆ మహిళ నోరు విప్పింది'
'కోబలి.. కోబలి.. కోబలి'
'రక్తం.. రక్తం.. రక్తం'
'బలి.. బలి.. బలి'
'యాట.. యాట.. యాట'

***

"ఊరు మండిపోతుంది, మాడిపోతుంది, కాలిపోతుంది. దుష్టశక్తులు పొంచి ఉన్నాయి. ఊరు వల్లకాడు అవుతుంది. ముదనష్టపు రోగాలు ఊరిని ఊడ్చేస్తాయి, మింగేస్తాయి, పీల్చి పిప్పి చేస్తాయి."

"శ్మశానం.. శ్మశానం.. శ్మశానం ఊరంతా పీనుగుల కుప్ప అవుతుంది."

"తల్లీ! నువ్వే కాపాడాలి. నీ బిడ్డలను అన్యాయం చేయద్దు." ఎవరో వేడుకున్నారు.

"నీకు సాధ్యం కానిది ఏముంది తల్లీ! నువ్వు తలుచుకుంటే ఏ దుష్టశక్తులు మమ్మల్ని ఏం చేయలేవని" మరొకరు అరిచారు.

"దాహం.. దాహం.. దాహం"

"పొలిమేరల్లో కాసుకు కూర్చున్నాయి. తలలు తెంపాలని, రక్తం పారించాలని, ఊరిని శవాలదిబ్బ చేయాలని." పూనకం వచ్చిన మహిళ సెలవిచ్చింది, భయపెట్టింది, పిచ్చిదానిలా ఊగింది.

"తల్లీ! కాపాడు.. మాకు నువ్వే దిక్కు" ఈసరయ్య మాట్లాడాడు. తన తరపున కాదు, ఊరందరి తరపున.

ఈసరయ్య మాజీ సర్పంచ్. పేరుకే మాజీ కానీ ఊరంతా తన చెప్పు చేతుల్లోనే ఉంటుంది, ఉండేలా చేసుకున్నాడు. అలా ఉండటానికి, తన అధికారాన్ని, డబ్బును, హోదాను వాడుకున్నాడు. అవి సరిపోలేదని ప్రజలపై మూఢనమ్మకాల ఆయుధాలను వదిలాడు. ఊరి ప్రజల బలహీనతలపై దెబ్బకొట్టాడు. వాస్తవానికి ఊరి ప్రజలను బలహీనం చేసింది అతనే. కావాల్సింది పొందటానికి, అనుకున్నది నెరవేరడానికి ఎందరినో వాడుకున్నాడు. అందులో గ్రామదేవత కూడా ఉంది.

ఈసరయ్యా ఏం చెప్తే.. అదే వింటాడు ప్రస్తుత గ్రామ సర్పంచ్. ఇప్పుడున్న సర్పంచ్ కి సర్పంచ్ పదవి రావడానికి కారణం ఈసరయ్యే. భారతదేశ ప్రధానికి, ఈసరయ్యకు పెద్ద తేడా కనిపించదు. దేశ ప్రధాని రాష్ట్రపతిని, మంత్రులను, స్వతంత్ర వ్యవస్థలను ఎలా అయితే చేతిలో పెట్టుకొని ఆడిస్తాడో ఈసరయ్యా కూడా ఇప్పుడున్న సర్పంచ్ ని, గ్రామ పంచాయితీ అధికారులను, ఊరి ప్రజలను, గ్రామదేవతను తన చెప్పుచేతుల్లో పెట్టుకొని ఆడిస్తాడు. పదవులు, పరిధులు వేరు కాని చేసేది మాత్రం ఒక్కటే.

మనుషుల రక్తానికి బదులు పశువుల రక్తాన్ని పారించండి. దుష్టశక్తులు చల్లబడతాయి. ఊరు పచ్చగా ఉంటుంది. ఊరు పచ్చగా ఉండటానికి మూగజీవాలను బలివ్వాలని కోరింది. మనుషులకు బదులుగా నోరు లేని పశువులను చంపమని శాసించింది.

ఊరు చుట్టూ పది పొలిమేరలు ఉన్నాయి. ఒక ఇంటికి చెందిన ఎనుములనే బలి ఇవ్వాలి. ఒకే ఇంటి రక్తం పారాలి. త్యాగం చేయాలి, ఊరిని కాపాడాలి, ఊరి ప్రజలను రక్షించాలి.

సరే తల్లీ అలాగే! నువ్వెలా చేయమంటే అలా చేస్తాము. నీ దాసులం, బానిసలం, మూర్ఖులం, వెధవలం. మా తప్పులను క్షమించు తల్లీ మాకు నువ్వే దిక్కు. ఈసరయ్యా వణుకుతూ, భయపడుతూ, భక్తితో పలికాడు. భక్తి ముసుగులో తన పన్నాగాన్ని అమలు పరిచాడు.

కొబ్బరికాయ కొట్టి పూజారి హారతి ఇచ్చాడు. కొద్దిసేపు అలాగే ఊగి నేలపై పడిపోయింది పూనకం పట్టిన మహిళ. ఎవరో నిమ్మపండును ఇచ్చారు, మరెవరో మజ్జిగ నీళ్లు నోటికి అందించారు.

అమ్మవారి ఊరేగింపు బీవి ఇంటి ముందు ఆగింది కాబట్టి తన ఇంటి పశువులనే బలి ఇవ్వాలి. అదే న్యాయం, అదే తీర్మానం, అదే వాక్కు, అదే తీర్పు అన్నాడు పూజారి.

పూజారి అసెంబ్లీలో స్పీకర్ లాంటి వాడు. బిల్లులు పాస్ చేయించేది స్పీకరే అయినా స్పీకర్ ప్రభుత్వానికి తొత్తు, ప్రభుత్వ గొంతు, ప్రభుత్వ మనిషి. ఈసరయ్యా పథకానికి పూజారి సహకరించాడు. అలా సహకరించినందుకు తన వాటా తనకు ముడుతుంది.

ప్రభుత్వం చేసే అన్ని పనికిమాలిన పనులకు స్పీకర్ మద్దతు ఇచ్చినట్లు పూజారి కూడా ఈసరయ్యా పథకాలకు మద్దతు ఇస్తాడు. స్పీకర్ కి రాజ్యాంగం హక్కులను కల్పిస్తే, పూజారికి ప్రజల మూర్ఖత్వం, అమాయకత్వం, మూఢనమ్మకాలు, భక్తి లాంటివి హక్కులను కల్పించాయి.

వాస్తవానికి ఎవరూ కల్పించలేదు. తనకు తానే కల్పించుకున్నాడు. ప్రజలు కష్టాలతో, బాధలతో సతమతం అవుతుంటే వాళ్ల కష్టాలకు, బాధలకు కారణం అమ్మవారే అని నమ్మించాడు. అమ్మవారిని నమ్మండి అన్నీ తానే చూసుకుంటుందన్నాడు. ప్రజలు అమ్మవారిని నమ్మలేదు. పూజారిని నమ్మినారు. పూజారి గొంతే అమ్మవారి గొంతు అనుకున్నారు కానీ ఆ గొంతు వెనుక ఈసరయ్యా లాంటివాళ్లు ఉన్నారని గ్రహించడం లేదు.

జాని తక్కెడశిల ⚛ 24

అలా అంటే ఎలా పూజారి గారు? ఎనుములు లేకపోతే బీవి తన కుటుంబాన్ని ఎలా పోషిస్తుంది? మస్తాన్ గాడేమో పచ్చి తాగుబోతు ఇంట్లో పెళ్ళికాని ఆడపాప ఉందని నంగి మాటలు మాట్లాడాడు ఈసరయ్య.

తురకోల్ల ఇంటి నుండి యాటలు ఎందుకు ఇస్తాము? మాకు దేవుడు అల్లా మాత్రమే అన్ని కష్టాలను ఆయనే తీరుస్తాడు. బీవి ఇంటి నుండి జీవాలను ఇచ్చేది లేదని ఊరి హజరత్ కోపంగా ఊగాడు.

పశువులు తనవే అయినట్టు, బీవి తన మనిషి అయినట్టు, ఆ ఇంటికి తానే పెద్దగా భావించాడు. మస్తాన్ తప్పతాగి బీవిని కొట్టినప్పుడో, బీవి ఇద్దరి ఆడపిల్లలకు నిఖా చేసినప్పుడో హజరత్ బీవీ ఇంటివైపు తొంగిచూడలేదు. ఇప్పుడు మాత్రం బీవికి న్యాయం చేయాలన్నట్లు మాట్లాడాడు.

వాస్తవానికి బీవికి న్యాయం చేయడానికి కాదు. తన వంతు వాటా తనకు దక్కుతుందో, లేదోనన్న అనుమానంతో, భయంతో ఈసరయ్యను, పూజారిని హెచ్చరించాడు.

'అలా అంటే ఎలా హజరత్ సాబ్? ఊరికి కులం ఏంది చెప్పు? పీర్ల పండగలో మేమంతా పాల్గొనడం లేదా? ఊరి కోసం ఆ మాత్రం చేయకపోతే ఎలా? బీవి అన్యాయం చేయకుండా చూద్దాం.' ఎలాంటి న్యాయం చేస్తాడో చెప్పలేదు. పని అయిన వెంటనే మీ ఇంటికి స్వయంగా నేనే వస్తాను. అది బీవీకి హామీ కాదు, హజరత్ కు హామీ.

ఊరేగింపులోని ప్రజలంతా పూజారిని సమర్థించారు. బీవి ఎనుములను బలి ఇవ్వడానికి అందరూ ఏకగ్రీవంగా తీర్మానించారు.

అయ్యా.. అయ్యా.. అయ్యా.. నేనేం అన్యాయం చేశాను. ఈ ఎనుములు నా బిడ్డల కంటే ఎక్కువ. ఈ ఎనుములే నా బిడ్డల పెళ్ళిళ్ళు చేశాయి. ఈ ఎనుములే నా కడుపు నింపుతున్నాయి. ఈ ఎనుములే నా కుటుంబాన్ని పోషిస్తున్నాయి. చేసుకున్నోడు తన బాధ్యతను మరిచి తాగి తైతక్కలు ఆడుతున్నాడు. ఎనుములను బలి ఇస్తే నేనెలా బతికేది? నా బిడ్డను ఎలా సాక్కునేది? ఆ ఎనుములతో పాటు నన్ను, నా బిడ్డను కూడా అదే పొలిమేర దగ్గర బలి ఇవ్వండని నెత్తి-నోరు బాదుకుంది, పూజారి, ఈసరయ్యా కాళ్లవేళ్ల పడింది.

నీకు అన్యాయం జరగదు. అమ్మవారికి అంతా తెలుసు. అన్నీ తానే చూసుకుంటుంది. ఊరంతా నీకు సహాయంగా ఉంటుందని పూజారి పూనకం వచ్చిన వాడిలా ఊగాడు.

బీవికి ఉన్న ఎనుములను తీసుకెళ్లారు. పొలిమేరల్లో రక్తాన్ని పారించారు. ఆ రక్తం బీవి కంట్లో నుండి, శరీరం నుండి, గర్భం నుండి చిమ్మింది. నెత్తినోరు బాదుకుంది, దుమ్ములో పొర్లింది, మట్టిని నెత్తిపై పోసుకుంది.

అందరూ చోద్యం చూశారు. తప్పని, మూఢనమ్మకమని, బీవి పొట్టను కొట్టవద్దని, కుటుంబాన్ని వీధిలోకి లాగవద్దని చెప్పలేకపోయారు.

భయపడ్డారు, మనకెందుకులే అనుకున్నారు, వాళ్ల సమస్య కాదనుకున్నారు, అమ్మవారు ఆగ్రహిస్తుందని, బలి తీసుకుంటుందని అనేక కారణాలతో అందరి నోర్లు మూసుకుపోయాయి. 'ఎప్పుడు తెరుచుకుంటాయో!? నోర్లు మాత్రమేనా!? మెదళ్లు కూడా'

జాతర అయిపోయింది. ఊరంతా ప్రశాంతంగా ఉంది. అమ్మవారు నిన్ను, నీ కుటుంబాన్ని కాపాడుతుందన్న పూజారి దగ్గరకు వెళ్ళింది బీవి.

'ఏం బీవి? ఇలా వచ్చావు? ప్రసాదం ఉంది తీసుకుపో, ఇంట్లో బోకులు కడుగు అమ్మయ్య అన్నం పెడుతుంది, కసువు ఊడ్చు అమ్మయ్య పాత చీర ఇస్తుంది, ఇంట్లో పనులు చూసుకో! నీ ఇల్లు గడుస్తుంది. కొన్ని రోజులుంటే అమ్మవారు దారి చూపుతుంది.'

బీవికి వేరే గతి లేదు. ఇంట్లో పిల్లదానికి అన్నం పెట్టాలి. మొగుడు పనికిమాలినవాడు. పూజారి చెప్పింది చేసింది, చేస్తూనే ఉంది, చేయడం అలవాటు చేసుకుంది.

ఈసరయ్య దగ్గరకు వెళ్ళింది. చేతులు జోడించి అర్థించింది. వెక్కి వెక్కి ఏడ్చింది.

"అమ్మ గారు పురుడు కోసం పుట్టింటికి వెళ్ళింది. ఇంట్లో ఎక్కడ పనులు అక్కడున్నాయి. పనులు పూర్తి చేస్తే చిల్లర ఇస్తాను. వంట చేసి పెట్టి.. మిగిలింది ఇంటికి తీసుకెళ్లు, పడక గదిలో పక్క ఖాళీగా ఉంది.. కాసేపు పడుకో, కాసేపు ఓర్చుకో, కాసేపు కళ్ళు మూసుకో! కాసేపు.. కాసేపు.. కాసేపు"

దేవుడి భార్య ❀ 27

"పూజారి ఇంట్లో ఇంటి పని చేయడం, ఈసరయ్యా ఇంట్లో పడక పని చేయడం అలవాటు చేశారు. ఒకరు శ్రమను దోపిడీ చేస్తే మరొకరు మనసును, మానాన్ని దోపిడీ చేశారు."

విషయం తెలుసుకున్న మస్తాన్.. ఈసరయ్యా మీద ఎగిరాడు, తిట్టాడు, ఉమ్మాడు. ఆ మరుసటి రోజు లారి కిందపడి చనిపోయాడు. చంపింది లారి కాదు.. లారి లాంటి ఈసరయ్యా.

పూజారి ఇంట్లో పని వద్దన్నాడు. బీవిని పక్క వీధిలో ఖాళీగా ఉన్న తన గుడిసెలో ఉండమన్నాడు. భార్య ఉన్నప్పుడు ఇంట్లో పని, లేనప్పుడు పడకగదిలో పని చేస్తే చాలన్నాడు.

బీవి అంగీకరించలేదు. వేరే మార్గం లేదు, వేరే మార్గాన్ని వెతుక్కున్న ఈసరయ్యా వదలడు. ఏమీ చేయలేకపోయింది, మాట్లాడలేకపోయింది, గట్టిగా అరిచి ఊరంతా చెప్పలేకపోయింది. చెప్పినా ప్రయోజనం ఉండదని నమ్మింది.

పురుడు కోసం వెళ్ళిన ఈసరయ్యా భార్య పురిట్లోనే బిడ్డను కోల్పోయింది. బిడ్డ పోయిన బాధను తట్టుకోలేకపోయింది. అదే దిగులు, అదే ఏడుపు. లేక లేక గర్భవతి అయ్యింది. ఈసారి బిడ్డ పోతే మళ్ళీ పుట్టరని డాక్టర్ చెప్పినాడు.

బిడ్డ పోయిందనే బాధ కంటే ఇక పిల్లలు పుట్టరనే బాధ, గొడ్రాలు అనే బిరుదు మోయాలనే బాధ ఎక్కువైంది. మనసు మనసులో ఉండటం లేదు. అడుగు అడుగులో వేయడం లేదు. చూపులు తేలిపోయాయి. మతిమరుపు ఏది గుర్తు రావడం లేదు.

పిచ్చి పట్టినదానిలా అయిపోయింది. వాయి వచ్చింది. పిచ్చి పిచ్చిగా మాట్లాడింది. ఆ మాటలే, ఆ పిచ్చే కొనసాగింది.

ఈసరయ్య భార్య దగ్గరి కంటే బీవి దగ్గరే ఎక్కువగా ఉంటున్నాడు. బీవిని ప్రేమించాడు, మోహించాడు, బీవినే సర్వస్వం అనుకున్నాడు. మెహతాజ్ ని బిడ్డలా చూసుకున్నాడు. బీవిని ఈసరయ్య ఉంచుకోలేదు, అలాగని పెళ్లి చేసుకోలేదు. అయినా ఊరు ఊరంతా వారిద్దరినీ భార్యాభర్తలుగానే గుర్తించింది. దానికి కారణం మస్తాన్ చనిపోయాక, ఈసరయ్య చెంతకు చేరిన తర్వాత బీవి ఈసరయ్య దగ్గరే పడుకుంది, ఎంతోమంది తమ దగ్గర పడుకోమని అడిగినా, రకరకాలుగా ఆశలు చూపినా లొంగలేదు. ఈసరయ్యను మొదట కసిరింది, భర్తను చంపినవాడిని చంపాలనుకుంది. ఆ తర్వాత ఈసరయ్య ప్రేమకు లొంగింది. ఈసరయ్యే తనకు భర్తని భావించింది.

బిడ్డలు పుట్టలేదని, భార్య ఒంటరిగా ఉంటోందని చెల్లెలి బిడ్డ గంగను ఇంటికి తెచ్చుకున్నాడు. గంగకు పదహైదు ఏళ్లు ఉంటాయి. ఐదు దాక చదివి, చదువు అబ్బకపోవడంతో బడి మానేసింది. అత్తకు, మామకు సపర్యలు చేస్తోంది.

ఇంట్లో వంట చేయడం, గుత్తకు ఇచ్చిన పొలం లావాదేవీలు చూడటం, అత్తకు అన్నం తినిపించడం, మామకు కాళ్లు పట్టడం, బయటకు వెళ్లి అలిసొస్తే కాళ్లు కడుక్కోవడానికి నీళ్లు అందివ్వడం, స్నానానికి నీళ్లు తోడటం, వీపు రుద్దటం, పడక గది శుభ్రం చేయడం. చూస్తూ చూస్తూనే ఇంట్లో అన్నీ తానై చూసుకోవడం మొదలు పెట్టింది.

***

శివాలయం గుడి పక్కనే ఈసరయ్యా ఇల్లు. ఆ ఊర్లో అదొకటే పురాతనమైన శివాలయం. అయ్యప్ప స్వామి దీక్ష మొదలైతే పూజలు, భజనలు తెల్లవారుజాము వరకు జరుగుతూనే ఉంటాయి.

విశాలమైన గుడి కావడం, గుడి వెనుక పాత మండపం ఉండటం వల్ల సాడయ్యాను కలుసుకోడానికి గంగకు బాగా అబ్బేది. గుడి ముందుపక్క ఖాళీ ప్రదేశంలో అయ్యప్పస్వామి భజన జరుగుతుంటే వెనుక వైపు పాత మండపంలో గంగ, సాడయ్యా శారీరక వాంఛలు తీర్చుకునేవారు. అయ్యప్పస్వామి భజనలో గంగ మూలుగులు, అరుపులు కలిసిపోయేవి.

గంగ, సాడయ్యా ప్రేమికులు కాదు. ఇద్దరి మధ్య ప్రేమ లాంటి వ్యవహారం ఏమీ లేదు. గంగను చూసి సాడయ్యా కన్నుకొట్టాడు, గంగ మొదట ముఖం తిప్పుకుంది. ఆ తర్వాత మెల్లగా సాడయ్యాను చూడటం మొదలు పెట్టింది. ఎందుకు వెళ్ళారో గానీ ఒకసారి గుడి వెనుక వైపు ఉన్న పాత మండపానికి వెళ్లారు. బహుశ! రహస్యంగా మనసు విప్పి మాట్లాడుకోడానికి కావచ్చు. మనసు విప్పి మాట్లాడుకోవడం జరగలేదు కానీ బట్టలు విప్పి మాట్లాడుకున్నారు.

అప్పటి నుండి సమయం దొరికినప్పుడల్లా మాట్లాడుకుంటూనే ఉన్నారు. సాడయ్యా మాత్రం గంగను ప్రేమిస్తున్నానని చెప్పలేదు. గంగ కూడా సాడయ్యా నుండి ప్రేమను కోరుకోలేదు.

సాడయ్యా శివాలయం గుడికి వెళ్ళేవాడు. మొదట శివుడి దర్శనం కోసమే వెళ్ళేవాడు. గుడిలో శివుడి సంగతి పక్కనపెడితే, గుడి దగ్గర గంగ దర్శనం జరిగింది. గంగ కోసం రోజూ గుడికి వెళ్ళేవాడు. మొదటిసారి కలిసినప్పుడు గంగ చేతిలో వంద రూపాయలు పెట్టాడు. గంగ సంబరపడిపోయింది. పది రూపాయలు కూడా కళ్లకు చూడని గంగ వంద రూపాయలు చూడగానే తన బాల్యంలో కోల్పోయినవన్నీ కొనాలనుకుంది.

శరీరాన్ని అమ్ముకుందని గ్రహించలేకపోయింది. తన మానానికి సాడయ్యా విలువ కట్టాడని, తనతో శారీరకంగా కలిసినందుకు డబ్బు ఇచ్చాడని అనుకోలేదు. ఆ సమయంలో తన అవసరాలు, కోరికలు, డబ్బు లేని కారణంగా కోల్పోయిన ఆనందాలే గుర్తు వచ్చాయి.

ప్రతిరోజు సాడయ్యా కోసం ఎదురుచూసేది. సాడయ్యాతో ఒక గంట గడిపితే చాలు వంద రూపాయలు ఇస్తాడు. గంగ వాళ్ల అమ్మ.. అమ్మయ్యా ఇంట్లో నెల రోజులు బోకులు తోమినా వచ్చేది నలభై రూపాయలే. తల్లి సంపాదనకు, తన సంపాదనకు ఉన్న వ్యత్యాసం తెలుసుకోలేకపోయింది.

కొన్ని రోజుల తర్వాత వంద సరిపోదూ రెండు వందలు కావాలని మెలిక పెట్టింది. సాడయ్యా సరే అన్నాడు. గంగకు ఎక్కడలేని ఆనందంగా అనిపించింది. సాడయ్యా ఒక్కడితో కాకుండా సాడయ్యా లాంటి వాళ్లు ఇంకొందరు పరిచయమైతే ఇంకా డబ్బు సంపాదించవచ్చు. ఇంటికి కూడా పంపవచ్చు. అమ్మకు ఉండేది రెండు చీరలే. అమ్మ కోసం నాలుగు చీరలు కొనాలనుకుంది. ఎన్నో

దేవుడి భార్య 31

రోజుల నుండి పట్టుపంచె కొనాలనుకొని కొనలేకపోయిన తండ్రికి రెండు పట్టుపంచెలు కొనాలనుకుంది. తన కోసం పైట-పావడా తీసుకోవాలనుకుంది.

మొదట అవసరాల గురించి ఆలోచించింది. ఆ తర్వాత కోరికలు తీర్చుకోవాలనుకుంది. చెవులకు కమ్మలు, ముక్కుకు ముక్కు పుడక, పాదాలకు పట్టీలు, మెడలో గొలుసు ఇలా కోరికల చిట్టా పెరిగే కొద్ది సౌడయ్య లాంటి వ్యక్తులు ఎక్కువయ్యారు.

అంగరంగ వైభవంగా, లక్షలు ఖర్చు పెట్టి పెళ్ళిళ్ళు చేసుకోలేనివారు శివాలయంలో పెళ్ళిళ్ళు చేసుకుంటారు. పులివెందుల ప్రజలే కాకుండా చుట్టుప్రక్కల పల్లెల నుండి కూడా పెళ్ళిళ్ళు చేసుకోడానికి వచ్చేవారు. సంవత్సరానికి ఒకసారి జాతర, నెలలో ఎన్నో పూజలు, హోమాలు, వ్రతాలు, నామకరణాలని గుడి ఎప్పుడూ సందడిగానే ఉంటుంది. గుడి ఎంత సందడిగా ఉంటే గంగ వ్యాపారం అంత బాగా జరుగుతుంది.

సౌడయ్య తన స్నేహితులకు కూడా గంగ గురించి చెప్పాడు. అలా తెలిసినవారితో, తెలియనివారితో ఒకరితో, ఒకేసారి ఇద్దరితో గడిపేది. గుడి ఎంత రద్దీగా ఉంటే గంగ అంతకంటే ఎక్కువ రద్దీగా ఉండేది.

గుడి వెనుక పాత మండపంలో, లైన్స్ క్లబ్బు వెనుక, గంగ ఇంటి పక్కన ఉన్న కళ్యాణ మండపంలోని బాత్ రూమ్ లో, శివాలయం పక్కన ఉండే లింగ బలిజోళ్ల స్మశానంలో, రాణితోపు వంకలో, రంగనాయకుల గుడిలో, జెండమాను మస్జిద్ వెనుక ఉన్న

పాడుబడిన గదిలో. ఎక్కడ ఖాళీ దొరికితే అక్కడ, ఎక్కడ శ్రేయస్కరం అనుకుంటే అక్కడ గంగ తన మానాన్ని వదిలింది.

కొన్ని రోజులపాటు గంగ వ్యాపారం రహస్యంగానే జరిగింది. ఆ తర్వాత రహస్యంగా ఉంచలేకపోయింది. బహిరంగంగానే వ్యాపారం మొదలు పెట్టింది. ఇంట్లో ఉన్న ఈసరయ్యా భార్య మంచాన పడటంతో ఏమీ చెప్పలేకపోయింది. ఏమైనా చెపితే తనకు అన్నం పెట్టే దిక్కు ఉండదని భయపడింది.

ఊరంతా ఎందుకు తిరగాలి? బయటైతే ప్రాణానికి హాని ఉండవచ్చని భావించింది. మానానికి హాని లేదు, ఉన్నా ఫర్వాలేదు. ఇంటికే అందరిని రమ్మని చెప్పింది. ఒకరోజు సొడయ్యా ఇంట్లో ఉండగా బయటకు వెళ్ళిన ఈసరయ్యా ఇంటికి తిరిగి వచ్చాడు. సొడయ్యా, గంగను నగ్నంగా చూశాడు. ఈసరయ్యాను చూసి సొడయ్యా అక్కడి నుండి పారిపోయాడు.

"మంచం మీద నగ్నంగా గంగ"

"చెదిరిన జుట్టు, నలిగిన పెదవులు. ఏ పెదవులో చెప్పాల్సిన అవసరం లేదు."

మంచానికి దూరంగా గంగ బట్టలు. ఈసరయ్యాను చూడగానే టక్కున లేచి బట్టలు అందుకోబోయింది. ఈసరయ్యా అమాంతం గంగను ఆక్రమించాడు. ఏం జరుగుతోందో ఒక్క క్షణం పాటు గంగకు అర్థం కాలేదు. విడిపించుకునే ప్రయత్నం చేయలేదు. శవంలా మంచం మీద పడుకుంది. ఈసరయ్యా గంగ శరీరాన్ని,

మానాన్ని దోచుకున్నాడు. గంగ కంట్లో నుండి కన్నీరు వాగులుగా, వంకలుగా, నదులుగా, సముద్రాలుగా

ఇప్పుడు గంగ ఈసరయ్యను అయ్యా అని ఎలా సంబోధించగలదు? ఏమని పిలవాలి? గంగకు, ఈసరయ్యకు మధ్య ఉన్న సంబంధం వేశ్య, విటుల సంబంధమా? ఆడదాని శరీరానికి వావి వరసలు ఉండవా? మగవాడు తన కామవాంఛ తీర్చుకోడానికి ఎవరినైనా చేరుస్తాడా? గంగ వేశ్యగా ఉండవచ్చు అది తన నిర్ణయం, తన నిస్సహాయత, తన అమాయకత్వం, తన నిర్లక్ష్యం, తన హద్దు, తన ఇష్టం, తన తెగింపు, ఏమీ చేయలేనితనం.

బిడ్డ వేశ్య అయితే తండ్రి బిడ్డను చెరుస్తాడా? వేశ్య కాకపోయినా చెరుస్తున్న తండ్రులు, అన్నలు, బావలు, మామలు ఇంకా అనేకమంది కుటుంబ సభ్యుల మధ్య ఉన్న మహిళల శరీరాలకు రక్షణ ఎక్కడ?.

బయటివాడు మానభంగం చేస్తేనే చెప్పుకోలేని మానసిక స్థితిలో ఉన్న మహిళలు ఇక ఇంట్లో వారి శారీరక దాడుల గురించి చెప్పుకోగలరా? ఎప్పటివరకు ఈ శారీరక హింస? ఎప్పటి వరకు ఈ కామవాంఛ?.

ఈసరయ్య తన కామవాంఛ తీర్చుకొని వెళ్ళిపోయాడు. గంగ అలానే నగ్నంగా శవంలా పడుకుంది. ఏడ్చి ఏడ్చి కళ్ళు వాసిపోయాయి. కడుపు కింద, తొడల మధ్య ఉన్న తన శరీర భాగాన్ని చిదిమేయాలనుకుంది. కోపం, ఆక్రోశం, బాధ, అసహ్యం, చీదర ఎవరిపైనో తెలియదు. తెల్లారేవరకు కంటికి కునుకు లేకుండా

అలాగే ఉండిపోయింది. ఆ తర్వాత లేచి తన రోజువారీ జీవితంలో మునిగిపోయింది.

అన్నం వడ్డించేటప్పుడు కన్ను కొట్టాడు, యద వైపు కసిగా చూశాడు. స్నానానికి వేడి నీళ్లు తోడినప్పుడు, వీపు రుద్దుతున్నప్పుడు ఇతర శరీర భాగాలను కూడా రుద్దమన్నాడు. మల్లెపూలు తెచ్చాడు, కొత్త చీర కట్టుకోమన్నాడు. నీ గదిలో సౌకర్యంగా లేదు నా గదిలోకి వస్తే కమ్మగా ఉంటుదన్నాడు.

ఈసరయ్యా గదిలోకి గంగ వెళ్ళలేదు, మల్లెపూలు పెట్టుకోలేదు, కొత్త చీర కట్టుకోలేదు. ఈసరయ్యా గంగ గదిలోకి వచ్చాడు. బలవంతం చేశాడు, చేతులు వేశాడు, బుగ్గలను నిమిరాడు, మంచంపై పడేసి కుమ్మాడు, గుద్దాడు. గంగ సహకరించలేదు.

'ఏమే లంజ? ముసిలోడిది బాగా లేదా?'

'ఇదిగో ఐదు వందలు తీసుకోని నోరు మూసుకొని పడుండు. నీ యవ్వారం తెలియదు అనుకున్నావా? ఇంటికి ఎవరెవరు వస్తున్నారో, ఏమేమి చేస్తున్నారో, ఎంత ఇస్తున్నారో, తెలుసుకోలేని వెధవని అనుకున్నవా?'

గంగ నోటి నుండి మాట రాలేదు. తన విషయం తెలిసినందుకు కాదు. తండ్రిగా భావించిన వాడే లంజ అనే సరికి గంగ నోరు పడిపోయింది. ప్రతిఘటించేందుకు శరీరం సహకరించలేదు.

దేవుడి భార్య ⚛ 35

గంగ కోసం ఎవరూ ఇంటికి రావడం లేదు. గంగ కూడా ఎవరి కోసం ఎదురుచూడటం లేదు. ఈసరయ్యే ఎవరిని రాకుండా చేశాడు. గంగ తనకు మాత్రమే సొంతం అవ్వాలనుకున్నాడు. బీవి ఇంటికి వెళ్ళడం మానేశాడు.

***

నేను లంజే కావచ్చు, పదిమందితో పడుకుండే ముండనే కావచ్చు, డబ్బు కోసమో, అవసరాల కోసమో, కోరికల కోసమో గతిలేక బుద్ధి గడ్డి తిని పాడుపని చేసి ఉండవచ్చు కాని వావి వరసలు మరిచి నా శరీరాన్ని తండ్రి లాంటి వాడు అనుభవిస్తూ ఉంటే ఎలా ఉండగలను? ఈ విషయం అమ్మా, నాన్నలకు తెలిస్తే నా ముఖంపై ఉమ్మితారు, ఊళ్లో మర్యాద ఉంటుందా? ఇక నేను ఇంటికి వెళ్ళలేని, ఇక్కడ ఉండలేను ఎక్కడికైనా వెళ్లిపోవాలి.

నా అనుమతి లేకుండా నా శరీరంపై బలవంతం చేయని చోటుకు వెళ్లిపోవాలి. అలాంటి ప్రదేశం ఎక్కడా లేదని గంగ తెలుసుకోలేకపోయింది. ప్రపంచమంతా దీపం పట్టుకొని తిరిగినా కూడా అలాంటి చోటు లేదు, ఉండదు. మహిళలకు శ్రేయస్కరమైన ప్రదేశం ఈ దేశంలో, ప్రపంచంలో ఉన్నదా? ఉంటే ఎక్కడ ఉంది? మహిళలు చనిపోయిన తర్వాత గుంతలో పూడ్చిన శవాలను బయటకు తీసి సంభోగం చేస్తున్న ఈ ప్రపంచంలో స్త్రీల శరీరాలకు భద్రమైన చోటు ఎలా దొరుకుతుంది?

గంగ మనసు విరిగిపోయింది. ఎవరిని నమ్మబుద్ధి కాలేదు. ఎవరిని చూసినా అనుమానంగా అనిపించింది. ఈసరయ్యే ఇంటికి రాగానే తన ఇష్టంతో సంబంధం లేకుండా శారీరకంగా హింసించాడు.

తన జతగాళ్లను ఇంటికి తెచ్చి వాళ్ల భార్యలు పుట్టింటికి పోయారు.. ఒక పూట అన్నం పెట్టడానికి తీసుకువచ్చాను. వాళ్ల కోసం కూడా అన్నం వండు, రాత్రికి పక్కలో పండు అన్నాడు.

ఇష్టంతో అన్నం వండింది, అయిష్టంగా పక్కలో పడుకుంది. ఈసరయ్య, తన జతగాళ్లు గంగ శరీరాన్ని పీల్చి పిప్పి చేశారు. ఎక్కడ పడితే అక్కడ గుద్దారు, బీడీలతో కాల్చారు, కడుపులో తన్నారు. గంగ శారీరకంగా కంటే మానసికంగా కుంగిపోయింది.

గంగ మనసుతో కాని, శరీరంతో కాని వాళ్లకు ఎటువంటి సంబంధం లేదు. మందులో నంజుకోడానికి గంగ శరీరం, తాగిన తర్వాత గంగను అతలాకుతలం చేస్తారు. వస్తువును విసిరేసినట్టు విసిరేస్తారు. ఒకరు తర్వాత ఒకరు, ఒకరి మీద ఒకరు, అందరూ కలిసి గంగను అనుభవించారు.

గంగ అలసిపోయింది. శారీరకంగా కాదు మానసికంగా. ఒంట్లో శక్తి కుశించుకుపోయింది. మొన్నటి వరకు తాజాగా ఉన్న గంగ వాడిపోయిన పువ్వులా వేలాడింది. ఏదీ తినబుద్ధి కాలేదు. ఏది తిన్నా వాంతి అయ్యింది. కాళ్లు, చేతులు గుంజుట, తల తిరుగుట, కడుపులో వికారంగా అనిపించడం జరిగింది.

నెలసరి రాలేదు. మూడు నెలల్లో పూర్వం ఉన్న కడుపు కంటే కాస్త పెద్దగా అయ్యింది. ఇంకొన్ని రోజులు ఆగితే ఇంకాస్త పెరుగుతుంది. గంగ గర్భం దాల్చింది, తల్లి కాబోతోంది. ఎవరి బిడ్డకు తల్లి కాబోతోందో తనకు అవసరం లేదు. తన కడుపులో బిడ్డ పెరుగుతోంది కనుక అది తన బిడ్డే అనుకుంది.

దేవుడి భార్య 37

కామంతో కళ్ళు మూసుకుపోయిన వాడికి పిల్ల అయితే ఏంటి? ముసల్ది అయితే ఏంటి? కన్న కూతురు అయితే ఏంటి? ఆఖరికి గర్భవతి అయితే ఏంటి? ఈసరయ్య గంగను బలవంతం పెట్టాడు. గంగను గదిలోకి లాక్కొని వెళ్ళాడు. తన జతగాళ్లను ఉసిగొల్పాడు. గంగ వేసుకున్న పైటను లాగారు, లంగా బొందెను తెంచారు. నేలపై గంగను కుదేసి ఒకరి తర్వాత ఒకరు గంగను రాత్రంతా అనుభవించారు.

గంగ మాట్లాడలేదు, మాట్లాడే ఓపిక లేదు, స్పృహ కోల్పోయింది. తనకు ఏం జరుగుతోందో అర్థం కాలేదు. గంగ తొడల మధ్య రక్తం చిమ్మింది, గర్భసంచి పగిలింది. గంగ కన్నుల్లో నుండి, ముక్కులో నుండి, నోటి నుండి, చెవుల్లో నుండి అనేక శారీర భాగాల నుండి రక్తం.. రక్తం.. రక్తం. గంగ తన బిడ్డతో పాటు తనను కూడా కోల్పోయింది. గంగ.. పారే గంగలో కలిసిపోయింది.

తెల్లవారుజామునే మైకం దిగగానే గంగను చూసి ఈసరయ్య కంగుతిన్నాడు. వెంటనే జతగాళ్లను లేపాడు. అందరూ కలిసి గంగ శరీరాన్ని బొంతలో చుట్టి, ఒక పెద్ద గంపలోకి ఎత్తి దానిపై చెత్తా చెదారం వేసి ఊరి బయటకు తీసుకెళ్లి ఏట్లో విసిరేశారు.

అదంతా చూసిన ఈసరయ్య భార్య వణికింది, భయపడింది భర్తకు ఎదురు తిరగలేకపోయింది. ఎదురు తిరిగి ఏమీ చేయలేనని ఏడ్చింది. భర్త నీచపుపనులు చూసి తట్టుకోలేకపోయింది. ఇవన్నీ చూసి బతికే కంటే చనిపోవడమే మంచిదని భావించింది. స్మశానంలో శవానికి, ఇంట్లో తనకు పెద్ద తేడా లేదనుకుంది.

గంగ చనిపోయిన తర్వాత నుండి ఈసరయ్యా బీవి ఇంటికి వెళ్ళేవాడు. బీవికి ఆరోగ్యం బాగుండటం లేదు. ఒకటే ఆయాసం, ఊపిరి సరిగా తీసుకోడానికి అవ్వడం లేదు. దగ్గి దగ్గి గుండెలు అదురుతున్నాయి. ఈసరయ్యా బీవితో సుఖంగా గడుపుదామంటే కుదరడం లేదు. ఒంట్లో శక్తి లేదు అండి, నన్ను వదిలేయండి. నేను ఎక్కువ రోజులు బతకలేనని వేడుకుంది. ఈసరయ్యాకు అటు భార్య దగ్గర, ఇటు బీవి దగ్గర సుఖం కరువైంది. ఏదో ఒకటి చేయాలి, ఎవరితోనైనా సుఖం పొందాలి. ఈసరయ్యాకు కన్యపిల్లలు అంటే యావ, పిచ్చి, కొవ్వు, వ్యామోహం.

ఒకరోజు మెహతాజ్ స్నానం చేస్తుంటే చూశాడు, అదుపు చేసుకోలేకపోయాడు, కన్నబిడ్డ కాదని నచ్చ చెప్పుకున్నాడు. ఇంట్లోనే వేడి వేడి సరుకు పెట్టుకొని బయటకు వెళ్ళడం ఎందుకని? భావించాడు. మెహతాజ్ తో అదోలా మాట్లాడటం, నీకు పెళ్లి చేయాలి. మీ అమ్మ రేపో, మాపో అనేలా ఉందన్నాడు. పెళ్లి ఈడుకు వచ్చిన నీకు కోరికలు ఉండవా? నీ శరీరం ఏదేదో కోరుకోదా? ఎలా అదుపు చేసుకుంటున్నావని అడిగాడు.

తండ్రి స్థానంలో ఉన్న ఈసరయ్యా అలా మాట్లాడేసరికి మెహతాజ్ బెదిరిపోయింది, వణికిపోయింది, భయపడిపోయింది, హడలిపోయింది. ఈసరయ్యా అలా మాట్లాడుతున్నాడని తల్లికి చెప్పలేకపోయింది. అదే అదుననుకున్నాడు ఈసరయ్యా. మొదట మెహతాజ్ భుజాలపై చేతులేశాడు, బుగ్గలపై ప్రేమగా గిల్లాడు. ఆ తర్వాత మొరటుగా పిరుదులపై చరిచాడు, తొడలపై రుద్దాడు. తన కామ పన్నాగాన్ని విడతలు విడతలుగా అమలు పరిచాడు.

మెహతాజ్ చేసిన పొరపాటు, తప్పు తన తల్లితో చెప్పుకోలేకపోవడం, ఈసరయ్యకు ఎదురు తిరగకపోవడం. "అవే తప్పులు, అవే పొరపాట్లు మాటి మాటికి, పదే పదే కాలం మొదలైనప్పటి నుండి జరుగుతూనే ఉన్నాయి. ఎప్పటికి ఆగుతాయో!?."

ఒకరోజు హడావిడిగా బీవి ఇంటికి వెళ్లాడు ఈసరయ్య. రెండు వందలు చేతిలో పెట్టి ఊళ్లో రోగాలు, రొష్టులు ఎక్కువయ్యాయి త్వరగా ఆసుపత్రికి వెళ్లి చూయించుకో. మాయదారి రోగాలు వస్తే వేలు ఖర్చుపెట్టినా పోయే రోజులు కాదివి. బీవి.. సరే అన్నటుగా తల ఊపింది. నాకు తలనొస్తాంది మెహతాజ్ ని తల పట్టమని చెప్పు. సరే అని బిడ్డకు చెప్పి ఆసుపత్రికి వెళ్ళింది.

నులక మంచం మీద లుంగీని లూజ్ గా కట్టుకొని కళ్ళు మూసుకొని, నుదుటిపై మోచేతిని పెట్టుకొని నిద్రపోయినట్టు నటించాడు.

'మెహతాజ్ గదిలోకి వచ్చి అయ్యా! తల పట్టనా?' అని అడిగింది.

'ఇలా రా కూర్చో అన్నాడు. ఇలా రామ్మ కూర్చో అని బిడ్డను పిలిచినట్టు పిలవలేకపోయాడు.'

'ఈసరయ్య తల వైపుకు కూర్చొని తల నొప్పిస్తోంది అన్నావంట! తల పడతాను పడుకో.'

'అవును నొప్పిస్తోంది. తల మాత్రమే కాదు ఒళ్ళంతా ఒకటే నొప్పులు వేడినీళ్లతో కాస్త కాపడం పెట్టు.'

కొద్దిసేపటి తర్వాత మెహతాజ్ వేడినీళ్లు తెచ్చింది. ఈసరయ్యా చొక్కా విప్పి పడుకున్నాడు. తల మీద, వీపు మీద, ఛాతీ మీద, పొట్ట మీద వేడి నీళ్ల గుడ్డతో కాపడం పట్టింది.

'చేను కాడికి పోయాను కదా! కాళ్లు పీకుతున్నాయి. కాస్త కాళ్లు పట్టు, మోకాళ్లు పట్టు, తొడలు పట్టు అన్నాడు.'

మెహతాజ్ కి అసహ్యంగా అనిపించింది. ఏదో జరగరానిది జరుగుతున్నట్టు, తాను ఆ గదిలో ఉండటం శ్రేయస్కరం కాదననట్టు అక్కడి నుండి వెళ్ళాలనుకుంది.

'ఈసరయ్యా మెహతాజ్ నడుము పట్టుకొని మీదకు లాక్కున్నాడు.'

'అయ్యా!'
'నోరు ముయ్'

'వద్దు అయ్యా! నీ బిడ్డను అయ్యా! నన్ను వదులు అని వేడుకుంది.' అలా కాకుండా ఎదురు తిరిగి దొమ్మలపై తన్ని ఉండాల్సింది.

గది నుండి బయటకు పరుగు పెట్టబోయింది. జుట్టు పట్టుకొని లాగాడు, బట్టలను చించాడు, వేడినీళ్లను మీదకు విసిరాడు, నోరు నొక్కి నులక మంచం మీద పడేశాడు. తన శరీర భాగాలలోకి కొద్ది కొద్దిగా దిగాడు.

దేవుడి భార్య ⚛ 41

'అయ్యా.. అయ్యా.. అయ్యా'
'కొద్దిసేపటి తర్వాత'

"ఒరేయ్ లంజాకొడక నేను నీ బిడ్డ లాంటి దాన్నిరా" అనింది. ఆ తర్వాత మూగపోయింది. ఈసరయ్య తన కామవాంఛను తీర్చుకున్నాడు.

'బీవి ఇంటికి రాగానే మెహతాజ్ ఏడ్చుకుంటూ తల్లి దగ్గరకు పరిగెత్తింది. అమ్మా! నీ మొగుడు ఇప్పుడు నాకు కూడా మొగుడు అయ్యాడు. ఈ పామును మన ఇంట్లోకి రానియ్యకు అంటే వినకపోతివి. ఇప్పుడు చూడు వీడు నా జీవితాన్ని నాశనం చేశాడు.'

'ఏందే? ఎక్కువ తక్కువ మాట్లాడతాండవు. ఈ గుడిసె మీ నాయన సొత్తు అనుకున్నావా? ఉంటే ఇంట్లో ఉండండి లేదంటే ఇల్లు ఖాళీ చేసి వెళ్ళిపోండి. పోయి మీ దిక్కు ఉన్నచోట చెప్పుకోండి. ఇద్దరు పడుంటే సమయానికి ఇంత కూడు దొరుకుతుంది లేదంటే ఆకలికి చస్తారు. నన్ను ఎవరూ ఏమీ చేసుకోలేరని ఇద్దరి మీద ఎగిరి, బట్టలు వేసుకొని బయటకు వెళ్ళిపోయాడు.'

@@@

మహిళల జీవితాలు ఇంతేనా? మగవాడి కామదాహానికి బలైపోవాల్సిందేనా? చిన్నప్పుడు నాయన అమ్మను మాట్లాడే మాటలకు మా నాయనే ఎందుకు ఇలా ఉన్నాడు? అనిపించేది. ఆ తర్వాత చాలామంది అలానే ఉన్నారని తెలిసింది. పెళ్లి చేసుకోకూడదని నిర్ణయం చేసుకుంటే అమ్మ నా మాట వినకుండా పెళ్లి చేసింది. పెళ్ళైన మొదటిరోజు నుండే మస్తాన్ నరకం

చూపించాడు. తాగి తాగి చితకబాదేవాడు, అనుమాన పడేవాడు, ఇంటికి పెద్ద దిక్కే బిడ్డల పెళ్లిళ్లు చేయకపోగా నాకు భారమైనాడు.

ఈసరయ్యకు నాపై కన్నుపడింది. మస్తాన్ ను నాకు దూరం చేసి నన్ను లొంగదీసుకున్నాడు. మగవాడి తోడు లేకుండా ఎలా బతకగలనని? ఈసరయ్య పంచనా చేరితి, వాడి దగ్గరైన సుఖంగా ఉండాలనుకున్నాను. అప్పటివరకు జెర్రిపోతు నీడలో ఉన్న నేను నాగుపాము పడగ కిందకు చేరాల్సి వచ్చింది. ఈ పాము కాకపోతే ఇంకో పాము కాటు వేస్తుంది. ఎన్ని పాముల నుండని నన్ను నేను కాపాడుకోవాలి? ఈ సమాజంలో స్త్రీలు బతికి బట్ట కట్టే రోజులు ఎప్పుడు వస్తాయి?.

'ఏం చేయాలి తల్లీ! ఈ నాగుపామును కాకపోతే ఇంకో నాగుపామును నమ్మాల్సిందే కదా! మన జీవితాలు అలా రాసిపెట్టి ఉన్నాయంటూ' మెహతాజ్ ని హత్తుకొని కుమిలి కుమిలి ఏడ్చింది.

మరుసటి రోజు ఈసరయ్య మళ్ళీ వచ్చాడు. ఇంటి గడప దాటి లోపలికి రానియ్యలేదు బీవి. లోపలికి అడుగు పెడితే తల తెగుతుందని భయపెట్టింది. ఊహించని పరిణామంతో ఈసరయ్యకు నోట్లో నుండి మాట రాలేదు. మోకాళ్ల వరకు ఎత్తి కట్టిన తెల్ల పంచెను కిందకు దించి వెళ్ళిపోయాడు.

ఆడది నన్ను బెదిరించింది. నాపై గొంతెత్తి మాట్లాడింది. ఇది ఇలాగే కొనసాగితే ఊళ్లో నాకు విలువ ఉండదు. గొంతును తొక్కాలి, నులమాలి, మాటను మట్టిలో పాతేయాలని పథకం పన్నాడు.

బీవి అడ్డు తొలిగితే మెహతాజ్ తన సొంతమౌతుంది. లేత పిందేను ఎన్ని రోజులైనా అనుభవించవచ్చు. నాటువైద్యం ఇచ్చే మల్లయ్య తాత దగ్గరకు ఈసరయ్య వెళ్ళాడు. బీవికి అంటు రోగం వచ్చింది, బతికి ఉండగానే పూడ్చిపెట్టాలి లేదంటే ఊరంతటికీ అంటురోగం సోకి చనిపోతారని భయపెట్టమని మల్లయ్య చేతిలో ఐదు వందలు ఉంచాడు.

మరుసటి రోజు రావిచెట్టు కింద మల్లయ్య తాత పంచాయితీ పెట్టాడు.

ముప్పై ఏళ్లుగా ఈ ఊరిలో ఎవరికి ఎలాంటి రోగం వచ్చినా నేనే మందు ఇస్తున్నాను. నా మందులు బాగా పని చేస్తాయని ఊరంతా నమ్ముతారు. చాల మందికి ఉచితంగా కూడా వైద్యం ఇచ్చినాను. ఎందుకంటే నాకు ఊరంటే పిచ్చి, ప్రేమ, వ్యసనం. ఊరని చెప్పాడు కాని ఊరు కాదు డబ్బు అంటే ప్రేమ, డబ్బు కోసం ఏమైనా చేస్తాడు, డబ్బే సర్వస్వం. ఊరు పచ్చగా ఉండాలనే నా తాపత్రయం. ఊరికి ఏమైనా అయితే నేను బతకలేను.

ఊరి కోసం, ఊరి ప్రజల కోసం ఒక విషయాన్ని పంచాయితీ దృష్టికి తీసుకువస్తున్నాను. వారంరోజుల క్రితం బీవి నా దగ్గరకు వైద్యానికి వచ్చింది. మందు ఇచ్చి పంపాను కాని బీవికి ఆ మందుతో నయంకాదని నాకు తెలుసు. అసలు ఆ జబ్బుకు మందే లేదు. వేలు ఖర్చు పెట్టినా బీవి బతకదు. బీవి మన మధ్యలో ఇలానే ఉంటే ఊరంతా వల్లకాడు అయ్యే ప్రమాదం ఉంది.

బీవికి అంటు రోగం వచ్చింది. బీవి ఎక్కడైతే తిరుగుతుందో అక్కడంతా రోగం పాకుతుంది. మనందరినీ మింగేస్తుంది. బీవి పీల్చే

జాని తక్కెడశిల 44

గాలి పీలిస్తే మనం కూడా చచ్చిపోవాల్సిందే అనగానే బీవి చుట్టూ ఉన్న మనుషులు దూరంగా జరిగారు. బీవిని బతికి ఉండగానే మట్టిలో పూడ్చకపోతే ఊరంత శవాల దిబ్బ అవుతుంది. ఇక ఊరి పెద్దలే నిర్ణయం తీసుకోవాలి. ఊరిని కాపాడటానికి బీవిని అంటూ ఉండగానే

'మా అమ్మకు అంటువ్యాధి రాలేదు. ఇదంతా ఈసరయ్యా నాటకం. నన్ను లొంగతీసుకోవాలని పన్నిన పన్నాగం. కన్నబిడ్డ లాంటి నన్ను లొంగదీసుకున్నాడు. మా అమ్మ దానికి అడ్డు చెప్పిందని నాటకం ఆడిస్తున్నాడు. అయ్యా! నాకుండేది మా అమ్మ ఒక్కటే, కావాలంటే ఊరు వదిలి వెళ్లిపోతాము. మా బతుకులు మమ్మల్ని బతకనియ్యండని మట్టిలో పడి దొర్లి దొర్లి ఏడ్చింది.'

ఊరి పెద్ద లేచి ఈసరయ్యా ఎలాంటి వాడో మాకు తెలుసు. నిన్ను కన్నబిడ్డలా చూసుకున్నాడు. అలాంటి వాడిపై నువ్వు నిందలు ఎలా వేయగలిగావు? ఊరి బాగు కోసం, ఊరు పచ్చగా ఉండటం కోసం మల్లయ్యా తాత చెప్పినట్లు బీవిని ఊరి ప్రజల సమక్షంలో పూడ్చడానికి నిర్ణయం తీసుకున్నాను. మెహతాజ్ బాగోగులు ఈసరయ్యా గారు చూసుకుంటారని ప్రకటించాడు.

బీవి కాళ్లు, చేతులు కట్టేసి, ముఖానికి గుడ్డ చుట్టి ఎద్దుల బండిలో యాపాకు మండలు వేసి దానిపై బీవిని పడుకోబెట్టి ఊరు బయటకు తీసుకెళ్లారు. ఊరు ఊరంతా చూస్తుండగా బీవిని బతికి ఉండగానే గుంత తీసి పూడ్చిపెట్టారు. మొదట ఈసరయ్యా రెండు దోసిళ్ళతో మట్టిని తీసుకొని గుంతలో ఉన్న బీవి ముఖంపై చల్లాడు. ఆ తర్వాత మెహతాజ్ తో బలవంతంగా మట్టిని వేపించారు. ఆ

తర్వాత అందరూ మట్టిని వేసి బతికి ఉండగానే బీవిని చంపేశారు. ఇది ఈసరయ్యా చేసిన హత్య కాదు. వ్యవస్థ చేసిన హత్య, మూర్ఖ ప్రజలు చేసిన హత్య.

బాగోగులు చూసే సాకుతో మెహతాజ్ ను ఇంటికి తీసుకెళ్లాడు. ప్రతి రోజు బలవంతం చేశాడు. కన్నబిడ్డ లాంటి మెహతాజ్ పై పశువాంఛ తీర్చుకున్నాడు.

పారిపోవాలని, చనిపోవాలని, తిరగబడాలని చూసింది. ఈసరయ్యా పెద్దరికం, డబ్బు, అధికారం, మగ శక్తి, ప్రజల మూఢనమ్మకాలు, మూర్ఖత్వాలు ఉన్నంతవరకు ఈసరయ్యాను ఎవరూ ఏమి చేసుకోలేరు?.

దేవుడనే అసత్యం, దేవుడనే భ్రమ, దేవుడనే కట్టు కథ ఉన్నంత వరకు ఈసరయ్యా లాంటి వాళ్లు పుట్టుకొస్తూనే ఉంటారు. ఈసరయ్యా బలం ప్రజల మూఢనమ్మకాలు, అసమర్థత, అవివేకం, ధైర్యం లేకపోవడం, ప్రశ్నించలేకపోవడమే.

మెహతాజ్ అన్ని ప్రయత్నాలు చేసింది. చివరకు ఈసరయ్యాను చంపాలని కూడా చూసింది. తన చేత కాలేదు. ఈసరయ్యా పెట్టె హింస భరించలేకపోయింది. ఈసరయ్యాతో పాటు తీర్పు ఇచ్చిన ఊరి పెద్దలు కూడా మెహతాజ్ ని అనుభవించారు.

ఆ బాధను, హింసను తట్టుకోలేకపోయింది. పదే పదే తోడేళ్లు తన మీద పడి రక్కుతుంటే గొంగేలు పెట్టి ఏడ్చింది. ఒళ్లంతా గాయాలు ఎక్కడపడితే అక్కడ కొరుకుతున్నారు, బీడీలతో కాలుస్తున్నారు, మర్మాంగంలో ఏవి పడితే అవి దూరుస్తున్నారు.

బాధ, హింస, యాతన దాని కంటే చనిపోవడమే మేలనుకుంది. కనీసం గాయాలకు మందు కూడా ఇప్పించడం లేదు. ఇంట్లో దూలానికి ఉరి వేసుకొని చనిపోయింది.

తల్లి దూరమైన బాధను తట్టుకోలేక చనిపోయిందని ఈసరయ్యా చెప్పుకొచ్చాడు. మెహతాజ్ ని కూడా తల్లిని పూడ్చిపెట్టిన దగ్గరే పూడ్చిపెట్టారు.

'మరుసటి రోజు ఈసరయ్యా, ఊరి పెద్ద, పూజారి, మరో ఇద్దరు సమావేశం అయ్యారు. ఇలా అయితే కుదరదు. మనకు లేత పడుచు పిల్లలు కావాలంటే ఏదో ఒక ఉపాయం ఆలోచించాలి. ఎన్ని రోజులని ఇలా సర్దుకుంటాము? అమ్మాయిలు పెద్ద మనిషి అయితానే వాళ్ల ఇష్టంతో మన పక్కలో పండాలి. దాని కోసం ఏదైనా ఆలోచన ఉంటే చెప్పండి పూజారి గారు' ఈసరయ్యా వెకిలిగా నవ్వుతూ అడిగాడు.

'అయ్యా! ప్రజలు దేవుడిని గుడ్డిగా నమ్ముతారు, దేవుడే మనకు కొండంత అండ. మన ఊరిలో ఉన్న ఎల్లమ్మ తల్లి ఏది చెప్పినా వెనకాడకుండా చేస్తారు. నేను చెప్పే ఈ పనిని ఎల్లమ్మ చేత చెప్పిస్తే ఈ సమస్యకు శాశ్వత పరిష్కారం లభిస్తుంది.'

'ఏంటో చెప్పండి పూజారి గారు? ఎంత ఖర్చైనా ఫర్వాలేదు' చేద్దామన్నాడు ఈసరయ్యా.

'ఎల్లమ్మ తల్లి ఉత్సవాలు జరపండి. ఉత్సవంలో మన ఎల్లక్క పూనకం వచ్చినట్టు నట్టిస్తుంది. ఊరు నాశనం కాబోతోందని, ఊరికి అరిష్టం పట్టబోతోందని, రాబోయే రోజుల్లో ఊరు వల్లకాడు

అవుతుందని చెపుతుంది. అమ్మవారికి ఆగ్రహం వచ్చిందని, అమ్మవారు తలుచుకుంటే మనల్ని చంపుతుందని ఊరి ప్రజలను నమ్మిస్తుంది. దానికి పరిష్కారంగా ఊరిలో ఉన్న కన్యపిల్లను అమ్మవారికి ఇచ్చి పెళ్లి చేయాలని, అమ్మవారి ఉత్సవాల్లో నాట్యం చేస్తూ బతకాలని, అమ్మవారిని పెళ్లి చేసుకున్న తర్వాత ఆ అమ్మాయి పెళ్లి చేసుకోకూడదు. పెళ్లి అయిన రాత్రికి ఊరి పెద్దతో పొందు సలపాలి. ఆ తర్వాత ఊరిలో ఉన్న ప్రతి మగవాడి పక్కలో పండాలి.

1. మంగళ, శుక్ర వారాల్లో ఉపవాసం చేయాలి.
2. ఆ రెండు రోజుల ఐదు ఇళ్లల్లో యాచించాలి.
3. ఎవరేమన్నా ఎదురు చెప్పకూడదు.
4. దేవతను పూజించిన తర్వాతనే తినాలి.
5. అబద్ధం ఆడరాదు.
6. నీడ లేనివారికి నీడ కల్పించాలి.
7. ఆవులు మొదలైన జంతువులను కరుణతో చూడాలి.
8. ఊరిలో ఏ మగాడు తన ఇంటికి వెళ్ళినా సుఖపరచాలి
9. ఊరిలో ఎవరికైనా ఇద్దరు ఆడపిల్లలు పుడితే అందులో ఒకరిని అమ్మవారికిచ్చి పెళ్లి చేయాలి.
10. అలా కాకుండా ఎవరైనా సరే మొక్కుగా కూడా వాళ్ల బిడ్డలను అమ్మవారికిచ్చి పెళ్లి చేయవచ్చని చెప్పాడు.

'ఏం బుర్ర పూజారయ్యా నీది, నువ్వు చెప్పినట్టే చేద్దాం. అమ్మవారి ఉత్సవాలకు కావల్సినంత డబ్బు తీసుకో, నువ్వు వేసిన పథకం మాత్రం పకడ్బందీగా జరగాలి, ఎవరికీ ఎటువంటి అనుమానం రాకూడదన్నాడు ఈసరయ్యా.'

'లేదయ్యా! అనుమానం వచ్చే ప్రసక్తే లేదు. ప్రజలు పిచ్చి సన్యాసులు. వాళ్లకు సవాలక్ష బాధలు ఉంటాయి. అన్ని బాధలకు అమ్మవారే కారణం అని నమ్మించే పూచి నాది. ఏదైనా ఉంటే ఎల్లమ్మ దేవతపై నెట్టేస్తే సరిపోతుంది.' ఎల్లమ్మ దేవతకు మాటలు రావు, కనపడదు, ఎవరూ ఆమెతో మాట్లాడలేరు అదే పూజారి ధైర్యం, నమ్మకం.

***

ఎల్లమ్మ తల్లి జాతర జరగబోయే తేదీలను దండోరా వేసి చెప్పినారు. అది ఆడజాతిని నాశనం చేసే దండోరా, మహిళా లోకాన్ని విచ్ఛిన్నం చేసే దండోరా, మహిళలను బానిసలుగా మార్చిన దండోరా, శృంగార వస్తువులుగా చేసి ఆడుకున్న దండోరా.

మూడు రోజుల పాటు జాతర అంగరంగవైభవంగా జరుగుతుంది. జాతర చివరి రోజు అమ్మవారి రథం లాగుతారు. రథం లాగే ముందు ఎల్లక్క అమ్మవారు ఒంట్లోకి వచ్చినట్టు పూనకంతో ఊగినట్టు నటించాలి. స్త్రీలను శారీరకంగా హింసించడానికి స్త్రీలనే ఉపయోగించారు. స్త్రీ దేవతను వాడుకున్నారు. స్త్రీలకు స్త్రీలే శత్రువులు అనడం ఇదేనేమో!.

పొలం పనులు ఎలా జరుగుతున్నాయో చూడటానికి వెళ్ళినప్పుడు కిట్టిగాడి మూడవ కూతురు నడిపమ్మను చూశాడు ఈసరయ్య. ఎలాగైనా దీన్ని అనుభవించాలి. మూడు రాత్రులు ముచ్చటగా గడపాలి, లేత ఆడదాన్ని అనుభవించి ఎన్ని రోజులైందో! బలవంతంగా కాదు తనకు తాను ఒప్పుకొని నా దగ్గర పండాలి. నడిపమ్మ గురించి పూజారికి చెప్పాడు.

దేవుడి భార్య ☸ 49

రెండు రోజుల పాటు జాతర వైభవంగా జరిగింది. రెండవ రోజు రాత్రికి రికార్డింగ్ డాన్స్ కూడా పెట్టించాడు ఈసరయ్యా. రాత్రికి మగవాళ్ల కోసం ప్రత్యేకంగా ఉత్తబిత్తల రికార్డింగ్ డాన్స్ కూడా ఏర్పాటు చేయించాడు. పాత బంగ్లాలో బట్టలు లేకుండా డాన్స్ వేశారు. ఊరి మగవాళ్లంతా ఈసరయ్యను తెగా పొగిడినారు. మా కోసం ప్రత్యేకంగా రికార్డింగ్ డాన్స్ పెట్టించారు, మందు పోయించారని కిట్టిగాడు ఈసరయ్యా కాళ్ల మీద పడ్డాడు.

'మీరంతా నా వాళ్లు, మీరు బాగుంటేనే కదా! నేను బాగుండేది. మీ ఆనందమే నా ఆనందం, మీ బాధలు నా బాధలు కావా? ఊరు బాగుంటేనే కదా! నేను బాగుండేది. నాకంటూ ఎవరు ఉండారు? ఈ ఊరు తప్ప!' ఈసరయ్యా నటించాడు.

రికార్డింగ్ డాన్స్ లో ఆడవాళ్లు బట్టలు లేకుండా ఎగిరినారు. ఎగురుతున్న ఆడవాళ్ల వక్షోజాలను కొందరు పట్టుకున్నారు, కొందరు వీపు మీద చరిచారు, కొందరు తొడల మధ్య బరికారు, కొందరు శరీరం మీద ఉమ్మారు, కొందరు వీర్యాన్ని కార్చారు.

ఎగిరే స్త్రీలను ఎవరూ తల్లిగా, అక్కగా, చెల్లిగా, కనీసం ఆడదానిగా కూడా చూడలేదు. శృంగార వస్తువుగా, లంజలుగా, వేశ్యలుగా, వారికంటూ ఎలాంటి గౌరవం లేనట్లుగా, వాళ్లపై ఏమైనా చేసే హక్కులు తమకు ఉన్నట్లుగా ప్రవర్తించడం పురుష జాతికే అవమానకరం.

మరుసటి రోజు అమ్మవారి ఊరేగింపు.

మరికొద్దిసేపట్లో ఊరేగింపు మొదలౌతుందనంగా ఎల్లక్క పూనకంతో ఊగింది, పళ్ళు కొరికింది, గట్టి గట్టిగా అరిచింది. నాశనం, వినాశనం, అరిష్టం, ఊరంతా వల్లకాడు కాబోతోంది. మిమ్మల్ని ఎవరూ కాపాడలేరు. ఊరు ఊరంతా శవాల దిబ్బ, కరువు, వానలు పడవు, ఎండ కాల్చేస్తుంది, భూమి కుంగిపోతుంది, ఆకాశం విరిగి పడుతుంది.

అమ్మా ఎల్లమ్మ తల్లీ! నువ్వే అలా అంటే ఎలా తల్లి? ఊరిని కాపాడే వెయ్యి కళ్ల తల్లివి. నువ్వు తలుచుకుంటే ఏదైనా సాధ్యమే తల్లి అంటూ గుంపులో ఒక ముసలావిడ ఏడ్చింది.

అంతలోనే పూజారి టెంకాయ కొట్టాడు, హారతి పట్టాడు, నిమ్మపండును చేతికి ఇచ్చాడు. గుంపులో చాలామంది ఎల్లక్క పాదాలపై పడి మొక్కుకుంటున్నారు, ఎల్లక్క మాట్లాడుతూనే తన చేతిలో ఉన్న యాపమండల నుండి ఆకులను తుంచి అందించింది. ఎల్లక్క ఇచ్చిన యాపాకును జాగ్రత్తగా చీర కొంగులో కట్టుకున్నారు. అపురూపంగా, అమూల్యంగా, గొప్పగా, మూఢనమ్మకంగా.

ఊరికి అరిష్టం పట్టింది. కన్యపిల్లను అమ్మవారికిచ్చి పెళ్లి చేయాలి. అలా చేస్తేనే ఊరికి అరిష్టం పట్టదు, ఊరు పచ్చగా ఉంటుంది. కళకళలాడుతుంది, భూమిలో బంగారు పడుతుంది, వాగులు, వంకలు పొంగతాయి. స్త్రీజాతి రోదిస్తుందని, స్త్రీలపై శారీరక దాడి జరగబోతోందని, వివక్ష, అన్యాయం, అక్రమం జరగడానికి మూలమని ఊరి ప్రజలు కనుక్కోలేకపోయారు.

'సరే తల్లి! నువ్వు చెప్పినట్టే చేస్తాము కాని ఆ ఆడపిల్ల ఎవరో నువ్వే చెప్పు తల్లీ అన్నాడు పూజారి.' కుట్ర, పన్నాగం, మోసం, నయవంచన.

'ఎవరి గుడిసె నిప్పుతో రాజుకుంటుందో! ఆ గుడిసె ఆఖరి బిడ్డనిచ్చి నాకు పెళ్లి చేయండి. పెళ్లి చేసిన తర్వాత తను ఊరి సొత్తు అవుతుంది. ఊరిలో అందరిని సుఖపెట్టాలి. మొదటి రాత్రి గ్రామ పెద్ద కన్నెరికం చేయించాలి. నా గుడిలో పూజారి తర్వాత అంతటి హోదా తనకే దక్కుతుంది. అలా పెళ్లి చేసుకున్న ఆడపిల్ల నిత్య సుమంగళిగా ఉండటానికి దీవిస్తున్నాను. ఆమె కోసం ఊరి పెద్దలు ఇల్లు కట్టించాలి, ఆ ఇంటి తలుపులు ఎప్పుడూ తెరిచే ఉండాలి, ఇది ఆ అమ్మాయికి దక్కే అదృష్టంగా భావించాలి. ఏ ఇంటి నుండి అయితే నాకు పెళ్లి చేస్తారో ఆ ఇంటివాళ్లకు మంచి జరుగుతుందని చెప్పి కింద పడిపోయింది ఎల్లక్క.'

ఎల్లక్కను లేపి మజ్జిగ నీళ్లను ఇచ్చారు. ఆలోపే కిట్టిగాడి గుడిసెకు ఈసరయ్య మనుషులు నిప్పు పెట్టారు. స్త్రీల జీవితాలు భగ్గుమన్నది ఆ మంటల్లోనే, స్త్రీల శరీరాలను ఊరి సొత్తులుగా చేసిన మంటలు, మగవారికి బానిసలుగా చేసిన మంటలు, స్త్రీల ఆత్మగౌరవం మంటల్లో కరిగింది అక్కడే. సర్వం అక్కడే, సమస్తం అక్కడే.

"అగ్గి.. అగ్గి.. అగ్గి"

"బతుకుల్లోకి చొరబడింది, మూఢనమ్మకాల అగ్గి దహించింది, దళితుల, బీదల, అమాయకుల, అనాగరిక మహిళల జీవితాలను చిన్నాభిన్నం చేసిన అగ్గి. మహిళలను శృంగార

వస్తువులుగా, వేశ్యలుగా, ఊరి సొత్తుగా, ఉంపుడుగత్తెలుగా చేసిన అగ్గి."

నడిపమ్మ ముఖంలో నవ్వులు చెదిరిపోయాయి. తనకు ఏం జరుగుతుందో? తెలియని అమాయకురాలు. దేవుడికిచ్చి పెళ్లి చేస్తారు. తాను దేవుడి భార్య అవుతుంది. దేవుడికి భార్య కావడం అంత తేలికైన విషయమా! ఎన్నో జన్మల పుణ్యం చేసుకుంటే గానీ రాదంటూ పూజారి వివరించాడు.

నడిపమ్మకు తెల్లచీర కట్టి నెత్తి మీద పసుపు నీరు పోశారు. కొప్పు నిండా పూలు తురిమారు, నుదుటిపై చారడంత బొట్టు పెట్టారు, మెడలో పూలహారం వేశారు. స్నానం చేయించిన తర్వాత ఈసరయ్య ఇంటి నుండి కొత్త చీర, గాజులు, అలంకరించుకోడానికి ఆడవారి వస్తువులు నడిపమ్మకు చేరాయి.

వాటిని అలంకరించి ఎల్లమ్మ తల్లి గుడి దగ్గరకు తెచ్చారు. ప్రాణం పోగొట్టుకోడానికి బలి పశువు, మానం పోగొట్టుకోడానికి నడిపమ్మ ఇద్దరూ ఒక్కటే. ఇద్దరికీ నోరు లేదు. బలిపశువు కనీసం తనను చంపకండని అరుస్తోంది. నడిపమ్మ నోటికి తాళాలు వేశారు.

"భక్తి తాళం, మూఢనమ్మకాల తాళం, మగ అహంకార తాళం, బీదరిక తాళం."

నడిపమ్మకు జోగుపట్టం చేసిన తర్వాత దేవుడికి భార్య అవుతుంది. డప్పులు, అరుపులు, కోలాహలం, కొత్త వింత, అమ్మవారి నామస్మరణలో ఊరి ప్రజలు. రాత్రికి ఎలా

అనుభవించాలనే ఆలోచనలో ఈసరయ్య. పోతురాజు మేకపిల్ల మెడను నోటితో కొరికి నడిపమ్మ మెడలో పసుపు తాడు కట్టాడు.

నడిపమ్మ తనకు తెలియకుండానే ఊరి సొత్తు అయ్యింది. రాత్రికి ఈసరయ్యతో గడపాలని తీర్మానం జరిగింది. అందంగా అలంకరించి ఈసరయ్య దగ్గరకు పంపారు. నడిపమ్మకు ఏం అర్థం కాలేదు. నడిపమ్మ వయసు 16, మొన్నే పెద్ద మనిషి అయ్యింది. అప్పటి నుండి తల్లి ఆడుకోడానికి కూడా పంపలేదు. అలాంటిది ఇప్పుడు ఇంటిని వదిలి వెళ్ళిపోవాలని చెప్పింది. తల్లి ఎందుకు? అలా చెప్పిందో! అర్థం కాలేదు నడిపమ్మకు.

కుటుంబానికి ఎందుకు దూరం అవ్వాలి? అమ్మ, నాన్న ఉండి కూడా ఎందుకు అనాథగా బతకాలో! అన్నీ సందేహాలే. ఎవరిని అడగాలో తెలియదు. బిగుసుకుపోయి ఈసరయ్య గదిలోకి అడుగు పెట్టింది.

'భయపడకు! ఇలా వచ్చి కూర్చో. ఇప్పటినుండి నువ్వు దేవుడి భార్యవు. ఇలాంటి అవకాశం కొంతమందికే వస్తుంది. నీకు వచ్చిందంటే నువ్వు అదృష్టవంతురాలివి. ఈరోజు నన్ను సుఖపెడితే నీకు కావల్సినవి ఇస్తాను.'

'అయ్యా నేను ఇంటికి వెళ్తాను. నాకు అమ్మ కావాలి. నేను ఇక్కడ ఉండలేనని ఏడ్చింది.'

'ఇక నువ్వు అమ్మతో ఉండకూడదు. నీకు నేను గుడిసె కట్టించి ఇస్తాను. నువ్వు అక్కడే ఉండాలి. అప్పుడప్పుడు నేను

అక్కడికి వస్తూ ఉంటానని చెప్పి చేయి పట్టుకున్నాడు.' కసాయి మేకపిల్ల గొంతు పట్టుకున్నట్టు.

'అయ్యా భయంగా ఉంది.. వదిలేయండి.'

'ఏం కాదు. కాసేపు ఓర్చుకో సుఖంగా ఉంటుంది. పరుపుపై తోశాడు, బట్టలు విప్పాడు, పెదవులపై ఘాట్లు, బుగ్గలు చిట్లాయి, వక్షోజాలపై పంటి ఘాట్లు, తొడల మధ్య రక్తం, శరీరం మొత్తం గోర్ల రక్కులు. పైశాచికత్వం, జింకపిల్లపై మృగం దాడి చేసింది. అది నడిపమ్మ మీద మాత్రమేనా?! సమస్త స్త్రీ జాతిపై చేసిన దాడి. తరతరాల పాటు స్త్రీ జాతిపై జరుగుతున్న శారీరక దాడి, మానసిక దాడి.' నడిపమ్మ గిలగిల కొట్టుకుంది, కసాయి మేకపిల్ల గొంతు కోసిన తర్వాత గిలగిలకొట్టుకున్నట్లు.

ఈ దాడులు ఆగాలి, మహిళలు స్వేచ్ఛా జీవులుగా బతకాలి. నాడు దేవదాసి, నేడు వేశ్య. పేరు ఏదైనా మహిళలపై శారీరక దాడులు ఆగడం లేదు. మహిళలు పోరాటాలు చేయాలి. పోరాటాలతోనే విజయాలు సాధ్యం.

రోజులాగే తెల్లవారింది. నడిపమ్మ బతుకులోకి సూర్యుడు తొంగిచూడడు. తాను దాసీ, దేవుడికి కాదు ఈసరయ్యకు, గ్రామ పెద్దలకు, ఊరి మగవాళ్లకు. సుఖాన్ని అందించే వస్తువు, ఇప్పుడు తనను ఎవరైనా అనుభవించవచ్చు, కొట్టవచ్చు, రక్కవచ్చు, గిల్లవచ్చు, కొరకవచ్చు, బరకవచ్చు. తనపై సర్వ అధికారాలు అందరికి ఉన్నాయి.

దేవుడి భార్య 55

ఏ మగాడికి దురద పెట్టినా, కొవ్వు పట్టినా నడిపమ్మ ఇంటికి వెళ్ళవచ్చు, కావాల్సింది చేయవచ్చు. నడిపమ్మ సహకరించాలి లేదంటే అమ్మవారికి కోపం వస్తుంది, ఆవేశంగా ఊగుతుంది, ఊరిని మింగుతుంది, వల్లకాడు చేస్తుంది.

'ఇంతకీ ఆమె దేవతేనా? అసలు దేవతలు ఉన్నారా? అవును ఉన్నారు పిరికివాళ్ల బుర్రల్లో, అమాయకుల జీవితాల్లో, బీదవారి బతుకుల్లో జొరబడి పీక్కు తింటున్నారు. ఇలాంటి దేవతలను, దేవతల వెనుక ఉన్న అగ్రకుల అహంకారాన్ని నడి వీధిలోకి లాగాలి. వస్తుందా ఆరోజు?! మరికొన్ని రోజుల్లోనే'.

ఈసరయ్యా లేచి వెళ్ళిపోయాడు. నడిపమ్మకు లేవడం కుదరడం లేదు. శరీరం మొత్తం మెత్తగా అయిపోయింది, కందిపోయింది. మధ్యాహ్నం ఎవరో భోజనం ఇచ్చారు. తిని పడుకుంది. ఏం తిన్నదో? తెలియదు, తన శరీరం తన సోదినంలో లేదు.

రాత్రికి ఈసరయ్యా మళ్ళీ వచ్చాడు. తనకు కావాల్సింది చేశాడు. నడిపమ్మ ఇష్టంతో కాని, బాధతో కాని తనకు సంబంధం లేనట్లుగా తనను కొద్ది కొద్దిగా మింగి, ఊంచి మూలన పడేసి వెళ్ళాడు. మూడు రోజుల పాటు ఇదే తంతు. ఆ తర్వాత ఊరి చివర ఒక గుడిసెలో నడిపమ్మను పెట్టారు.

***

గాయమైన చోట ఎక్కువగా నొప్పి పెడుతుంది. ఆ తర్వాత గాయానికి అలవాటు పడుతుంది శరీరం. గాయం నుండి బాధ,

నొప్పి, కష్టం ఎన్ని ఉన్నా ఒకసారి గాయమైన తర్వాత కొంతకాలం పాటు అన్నింటినీ అంగీకరించాల్సిందే.

శరీరానికైన గాయం అయితే సరే మరి మనసుకైన గాయం సంగతి ఎలా? జీవితానికైన గాయం సంగతి ఎలా? స్త్రీ జాతికైన గాయం సంగతి ఎలా? ఎవరు మాన్పుతారు? ఎవరు రూపుమాపుతారు? మౌనం గాయాలను నయం చేస్తుందా? ఎంతమంది ఆడవాళ్ల గుండెల్లో గాయాల కుంపట్లు ఉన్నాయో!.

నడిపమ్మ మనసుకైన గాయాన్ని మర్చిపోలేదు. గాయం సలుపుతూనే ఉంది. అయినా మగవాళ్లకు సహకరించాల్సిందే, తన శరీరాన్ని అప్పగించాల్సిందే. ఎవరో ఇద్దరు మగాళ్లు వెళ్లారు. కుక్కకు బిస్కట్లు వేసినట్లు బిర్యానీ వేశారు. బిర్యానీ తిన్న తర్వాత నడిపమ్మ జుట్టును పట్టుకొని లాగారు, చెంపలను కొరికారు, తొడలపై గుద్దారు, కడుపుపై తన్నారు.

గట్టి గట్టిగా కేకలు పెట్టింది. అయినా ఆ గుడిసె వైపు ఎవరూ వెళ్ళలేదు, అరవడం సహజం, అరిస్తేనే నడిపమ్మ బతికుందని అర్థం. అరుపులు విన్న మగాళ్లు నడిపమ్మను అనుభవించవచ్చని, ఆరగించవచ్చని సంబరపడతారు.

నడిపమ్మ బాధ, నొప్పి, కేకలు, ఆర్తనాదాలే ఊరి మగ పురుగులకు ఆహ్వానాలు. నడిపమ్మను అనుభవించడానికి వెళ్ళినవారు కొడతారు, తిడతారు, తంతారు, ఈడుస్తారు, బరుకుతారు, రక్కుతారు, గుద్దుతారు, పొడుస్తారు. అలా చేయాలి, చేస్తేనే నడిపమ్మ అరుస్తుంది, ఏడుస్తుంది. ఆ ఏడుపులే మగాళ్లకు సుఖం, ఆనందం, ఇంపు.

దేవుడి భార్య ⚛ 57

ఒకడు నడిపమ్మ నోట్లో నాటు సారా పోశాడు, మరొకడు ముఖంపై ఉమ్మినాడు. ఒకడు నడిపమ్మ శరీరంపై ఉచ్చులు పోశాడు, మరొకడు మర్మాంగాన్ని చరిచాడు, కొరికాడు. అది మగవారి సరదా, దురద, కొవ్వు, మదం. కొంతమంది మగవాళ్లకు ఆడోళ్లు బానిసలు, ఆట వస్తువులు, శృంగార బొమ్మలు. పెనుతుఫాను వరిపంటను అతలాకుతలం చేసినట్టు, పిల్ల కాలువలోని పడవలను ఎవరో అకారణంగా తొక్కినట్టు నడిపమ్మను ఊరి మగవాళ్లు అనుభవించారు, అనుభవిస్తున్నారు, ఈ గొడ్డు లోకం కళ్ళు తెరిచే వరకు.

తెల్లారే కల్ల లేచి, తల స్నానం చేసి గుడికి వెళ్ళాలి. గుడిలో పూజారి పెట్టే ప్రసాదం తినాలి. ఇంటింటికి వెళ్లి అడుక్కోవాలి. అలా అడుక్కునే సమయంలో సోడాల ఈరయ్య రాత్రికి సిద్ధంగా ఉండమని కన్ను కొట్టాడు. మిద్దె మురళి మీసం మెలేసి, కొత్త చీర ఇసిరి కొట్టి బాగా స్నానం చేసి ఈ సీర కట్టుకో ఒక పట్టు పడదాము అన్నాడు. పర్వతాల నాయుడప్ప పంచెను తొడలపైకెత్తి, యాభై రూపాయలు చేతిలో పెట్టి సాయంత్రం మంచం ఎక్కుదాం అన్నాడు.

అన్నం కోసం, పొట్ట నింపుకోవడం కోసం ఇళ్ల దగ్గరకు నడిపమ్మ అడుక్కోడానికి వెళ్తే మగ పురుగులు వంతులు వంతులుగా వాళ్ల కామాన్ని తీర్చుకోడానికి వస్తువుగా, లంజగా చూశారు.

పేరుకే దేవుడితో పెళ్లి జరిగింది కాని మంచి దృష్టితో చూసే మనిషే లేడు. తన బాధను దేవుడితో చెప్పుకుందామంటే లాభం

లేదు. దేవుడి పేరుతో జరిగే మోసంలో, అన్యాయంలో, అక్రమంలో దేవుడు కూడా ఒక భాగస్వామే అనుకుంది.

రోజుకు ఎంతమంది వెళ్తారో తెలియదు. రకరకాల కామాంధులు, రకరకాల కోరికలతో నడిపమ్మను చిత్రహింసలు పెడతారు. తనకు ఇష్టం లేనివి, చేయలేనివి చేయమనేవారు. ఇంట్లో భార్య సరిగా చేయడం లేదు నువ్వు కూడా చేయకపోతే ఎలా? గొంతులో ఏం పెట్టుకున్నావే అంటాడు ఒకడు, నాకు పెళ్లి కుదిరింది ఎలా చేయాలో? ఏం చేయాలో? తెలియదని మరొకడు. ఊళ్లోని మగవాళ్లంతా నడిపమ్మ గడప తొక్కిన వాళ్లే. ఊళ్లో ఉన్న గుడి కంటే నడిపమ్మ గుడిసెకే ఎక్కువ మంది వెళ్లడం మొదలైంది.

బాగా అలసిపోయి పడుకున్న నడిపమ్మ గుడిసెలోకి 15 ఏళ్ల చిన్నడు వెళ్ళాడు.

'ఏందిరా ఇట్టా వచ్చినావు?'

'నీ కోసమే'

'ఏం కావాలి?'

'మా నాయనతో, మా అన్నతో చేసినావే! అదే కావాలి.'

'ముండాకొడకా! ఏం మాట్లాడతాండావు గుడిసె దాటు ముందు.'

'జోబిలో నుండి డబ్బు తీసి ముఖం మీద కొట్టి నీకు కావాల్సింది ఇదే కదా! మా నాయన కన్నా, మా అన్న కన్నా నేనే

ఎక్కువ డబ్బు ఇచ్చినా బట్టలు ఇప్పు. నువ్వు ఎవరితోనైనా చేయచ్చని మా నాయన చెప్పినాడు.'

'పక్కనే ఉన్న సంగటి కట్టె తీసుకొని కొట్టబోయింది.'

'ఏమే లంజా? అని అదే సంగటి కట్టె తీసుకొని నెత్తి మీద కొట్టాడు.'

నడిపమ్మ నెత్తి నుండి రక్తం, కళ్ళు బైర్లు కమ్మాయి, తూలి కిందపడిపోయింది. కొద్దిసేపటి తర్వాత నడిపమ్మ తొడల మధ్య నుండి రక్తం. తన రక్తంలో తానే నానింది, మునిగింది, తడిసింది. తల నుండి రక్తం, తొడల మధ్య నుండి రక్తం, పాలిండ్ల నుండి రక్తం, శరీరం మొత్తం రక్తం.. రక్తం.. రక్తం.

నడిపమ్మ పాలిండ్లను, మర్మాంగాన్ని, పిరుదులను చిన్నడు కొరికాడు, పంటిగాట్లు పెట్టాడు, పాలిండ్ల మీద బరికాడు. అది తన తండ్రి నుండి, అన్న నుండి నేర్చుకున్నాడు. స్త్రీతో సుఖం పొందాలంటే అలా చేయాలనీ, అలా చేస్తేనే మగతనం అని, స్త్రీ ఎంత గట్టిగా అరిస్తే, బాధపడితే అంతటి మగాణ్ణి అని నమ్మాడు.

ఆ విషయాన్ని మరుసటి రోజు పంచాయితీలో పెట్టింది నడిపమ్మ. పంచాయితీ పెద్దలు చిన్నడిని మెచ్చుకున్నారు, చిన్నోడివే కాని నీ దగ్గర మాంచి విషయం ఉందిరా అన్నారు. అభినందించారు, చిన్నడు చేసిన దానిలో తప్పు లేదని తీర్మానించారు.

పిల్లగానికి తెలియకపోతే నేర్పించాలి కాని వాన్ని భయపెట్టితే ఎలా? అందుకే కొట్టినాడని నడిపమ్మను కసిరారు.

ఉన్మాదులు, కామాంధులు, వావి వరసలు లేని కుక్కలు, మృగాలు ఛీ ఛీ.. అంతకంటే హీనం.

నెత్తికైన గాయానికి మందు కోసం ఆచారి దగ్గరకు వెళ్ళింది. నెత్తికి కట్టు కట్టి, పాలిండ్ల మీద, మర్మాంగం మీద, పిరుదుల మీద మందు పూశాడు. పది రోజుల పాటు ఎవరినీ రానియ్యొద్దు. మీ అమ్మగారు బిడ్డ కాన్పు కోసం పక్క ఊరికి పోయింది, 15 రోజులు రాదు. రేపటి నుండి నేనే గుడిసెకు వచ్చి మందు పూస్తాను. మందుతో పాటు తన కామాన్ని తీర్చుకోవచ్చనే ఆలోచనతో.

ఆచారికి అరవై ఏళ్లు. నోట్లో పళ్ళు మొత్తం ఊడిపోయి నాలుగేళ్లు అవుతోంది. నడిపమ్మను మీద పడుకోమన్నాడు, గట్టిగా కౌగలించుకోమన్నాడు, మెల్లగా చేయమన్నాడు. మూలిగాడు, ముక్కినాడు. కామానికి వయసుతో సంబంధం లేదని నీతులు చెప్పాడు. మామూలుగా అయితే నీ వైద్యానికి చాలా డబ్బు అవుతుంది. నీకు కాబట్టి తక్కువకు చేశానన్నాడు.

చిన్నా పెద్ద, ముసలి ముతక, కులం మతం, వర్గం వర్ణం ఇవన్నీ నడిపమ్మ దగ్గర చెల్లవు. ఎవరైనా వెళ్ళవచ్చు. వేరే సందర్భాల్లో మాత్రమే అవన్నీ గుర్తు వస్తాయి. స్త్రీలతో సుఖపడటానికి మాత్రం అవేవి అక్కర లేదు.

@@@

ఒకటే వాంతులు, కడుపులో దేవినట్టు అనిపించింది, తల తిరుగుతున్నట్టు ఉంటే ఆచారి దగ్గరకు వెళ్ళింది. తల్లివి

కాబోతున్నావు అన్నాడు. తండ్రి ఎవడో తెలియదు. నేనే తండ్రని ఎవరూ ముందుకు రాడు.

తను బతకడమే కష్టం ఇక బిడ్డను ఎలా పెంచాలి? దిగులు, భయం, బాధ. ఒకవేళ ఆడ బిడ్డ పుడితే, బిడ్డను కూడా తనలాగే చేస్తారని తలుచుకొని వణికిపోయింది. తనకు కుటుంబం లేదు, ఉన్నా పట్టించుకోదు.

ఇప్పుడంటే వయసులో ఉన్నా కనుక ఎవడో ఒకడు నాలుగు రూపాయలు ఇస్తున్నాడు. ఎవడో ఒకడు గుడిసె దగ్గర ఉండనే ఉంటాడు. నేను ముసలిదాన్ని అయితే నా దగ్గరకు ఎవరు వస్తారు? నాకు బిడ్డ కావాలి. తండ్రి లేకపోతే ఏంది? నేనే అన్నీ అయ్యి పెంచుతాననుకుంది.

గర్భవతని తెలిసి కూడా నడిపమ్మ కోసం గుడిసెకు వెళ్లే మగాళ్ల సంఖ్య తగ్గలేదు. నా కడుపులో బిడ్డ ఉందని బ్రతిమిలాడినా వదలలేదు. వాళ్ల పని వాళ్లు చేసుకొని పోయారు.

ఊరి సొత్తువి నీ కెందుకే పిల్లలని ఒకడు వాగితే, ఏం ఫర్వాలేదు కడుపులోనే కదా! బిడ్డ ఉండేది మర్మాంగంలో కాదుగా అని మరొకడు కూశాడు. కడుపుతో ఉన్నప్పుడు పండుకుంటే మాంచి బిడ్డ పుడుతుందని ఇంకొకడు పళ్ళు ఇకిలించాడు.

"పండంటి మగబిడ్డకు నడిపమ్మ జన్మనిచ్చింది."

 థు.. నీయమ్మ! మగోడు ఎందుకే? ఆడదాన్ని కనింటే దానితో పండేటోన్ని కదా! అని ఈసరయ్య తిట్టాడు. మగోన్ని కనీ ఏం

చేయాలనీ? అదే ఆడదాన్ని కనింటే నిన్ను, దాన్ని ఒకేసారి అంటూ ఎవడో నవ్వాడు. నడిపమ్మ మగబిడ్డను కనిందంటా.. దానమ్మ ఆడదాన్ని కనింటే బాగుండే అని మరొకడు వాగినాడు. మగబిడ్డను ఎందుకు కనిసచ్చిందని ఊరంతా బాధపడింది.

ఇప్పుడు నడిపమ్మ తన కోసం మాత్రమే కాదు, తన బిడ్డ కోసం కూడా అడుక్కోవాలి.

బిడ్డ గుక్కపట్టి ఏడుస్తున్నా కూడా గుడిసెకు వెళ్ళిన మగాన్ని సుఖపెట్టాలి. ఎందుకురా? ఏడ్చి చస్తాండావని పిల్లోన్ని కొట్టాడు ఒకడు, వాన్ని బయట పడుకో బెట్టు.. వాడు ఏడుస్తాంటే నాతో కాడంలే అని మరొకడు బిడ్డను బయట అరుగు మీద వదిలాడు. నడిపమ్మతో సుఖాన్ని పొందుతున్నప్పుడు బిడ్డ ఏడిస్తే చెంపలపై వాయించాడు ఒక మృగం, బిడ్డ పీక పట్టుకొని పైకెత్తి ఏంరా లంజాకొడకా! ఎందుకు ఏడుస్తాండావు? అని చంపబోయాడు మరొక వెధవ.

నడిపమ్మ ఇంతెత్తు లేచి వాన్ని ఎగిచ్చి తన్నింది. నేను ఆడదాన్ని కాదని ఎప్పుడో అనుకున్న అందుకే మీరు ఏం చేసినా నోరు మూసుకున్న. నేను తల్లినని మర్చిపోతే గొంతు తెగుతుంది. నీకు కావాల్సింది నువ్వు చేసుకో! బిడ్డ జోలికి వస్తే సంపుతానని కళ్ళు ఎర్ర జేసింది, రౌద్రంగా చూసింది, దొమ్మలపై కాలు వేసింది, పీక పట్టుకొని గోడకు నెట్టింది, జుట్టు పట్టుకొని ముఖంపై గుద్దింది.

నడిపమ్మ ఎప్పుడూ అలా చేయలేదు. ఎవరు వెళ్లినా కాదనలేదు, ఎవరికీ ఎదురు తిరగలేదు, ఎంత గాయపరిచినా గొంతు లేపలేదు. తిట్టినా, కొట్టినా, ఉమ్మినా, పిసికినా, కొరికినా, గుద్దినా,

పొడిచినా, కుమ్మినా ఒక్క మాట కూడా అనేది కాదు. ఎక్కడ పడితే అక్కడ, ఎలా పడితే అలా తనను వాడుకున్నా, హింసించినా పెదవి ఇప్పలేదు. అలాంటిది ఎగిచ్చి తన్నడానికి దానికెంత ధైర్యం, ఎంత పొగరు, ఎంత కండకావరం, ఎంత కొవ్వు, ఒక దేవదాసి ముండ, ఒక ఆడది, ఒక లంజా నన్ను తంతుందా? నా దొమ్మలపై కాలేసి మాట్లాడుతుందా? కోపం, ఆవేశం, ఆక్రోశం, ఉన్మాదం, మగ అహంకారం.

ఒక మగాడు తన్నింటే అంతలా కృంగిపోయేవాడు కాదు. ఆడది తన్నిందని బాధ. ఆడదాని చేతిలో దెబ్బలు తిన్నానని అవమానం. దాన్ని రోడ్డుకు లాగాలి, దానికి బతుకు లేకుండా చేయాలి, దాని బిడ్డను దానికి కాకుండా చేయాలి. మరుసటి రోజు పంచాయితీ పెట్టాడు. దేవదాసి దానికి పిల్లలు ఎందుకు అన్నాడు ఎవడో. పిల్లగాన్ని ఎవరికైనా దానం ఇవ్వాలని సలహా ఇచ్చాడు ఇంకెవడో.

***

'ఈడు నా పిల్లగాని గొంతు పట్టుకొని చంపబోయాడు. నేను దేవదాసి దాన్నే కావచ్చు, ఊరి మగాళ్లకు సుఖాన్ని ఇచ్చే దాన్నే కావచ్చు అందుకని నా బిడ్డను ఎవడంటే వాడు ఇష్టం వచ్చినట్టు కొడతాంటే, తిడతాంటే, ఇసురుతాంటే గమ్మునెలా ఉండేది. అందుకే కొట్టినా, తిట్టినా, ఎగిచ్చి తన్నినా, ఉమ్మినా, దొమ్మలపై కాలేసినా, ఈడినే కాదు ఎవరినైనా అలానే చేస్తా. నాతో పండుకోడానికి వచ్చినోళ్లు పండుకొని పోవాలే గాని నా పిల్లగానితో ఏం పని? నా

ముందే నా బిడ్డను సంపుతాడేమోనని భయపడి కొట్టినా, బాధపడి బాదినా.'

'ఏం రా? పిల్లగాని జోలికి ఎందుకు పోయినావు? అది దేవదాసిదే కావచ్చు తన బిడ్డ జోలుకి పోతే ఊరికే ఎందుకు ఉంటుంది.?'

'ఇంటి దగ్గర బేజారై దాని గుడిసెకు పోతే అక్కడ కూడా అదే రంపైతే అక్కడికి ఎందుకు పోవాలా?'

'అదీ నిజమే! ఏమే నీకు పిల్లలు ఎందుకు? ఆచారితో తీయించుకుంటే పోయేది కదా?'

'ఎన్నిసార్లు తీయించుకోవాలి? ఎన్నిసార్లు నా బిడ్డలను సంపుకోవాలి? ఊరి కోసం నేను దేవదాసి అయ్యాను, ఊరందరికీ సుఖాన్ని ఇస్తున్నాను, ఊరి కోసం నా బిడ్డను కూడా సంపుకోవాలా? ముసలిదాన్ని అయితే నన్ను ఎవరు చూసుకుంటారు? నాకంటూ ఎవరో ఒకరు తోడుగా ఉండాలి కదా." తనకు తెలియకుండానే ప్రశ్నించింది, కోపంగా, పులిలా మాట్లాడింది. బిడ్డ కోసం మాట్లాడింది కాని తన కోసం, తనకు జరిగిన, జరుగుతున్నా అన్యాయం గురించి మాట్లాడలేకపోయింది.

'సరే సరేలే ప్రస్తుతానికి నీ పిల్లగాన్ని మీ అమ్మ, నాయన పెంచుతారు. వాని బాగోగులకు నువ్వు డబ్బు పంపు. పిల్లగాడు పెద్దైన తర్వాత నీ దగ్గరే పెట్టుకో అని పంచాయితీ పెద్దలు తీర్పు ఇచ్చారు.' ఘనకార్యం చేసినట్టు సంబరపడ్డారు, సుప్రీమ్ కోర్టు తీర్పు

ఇచ్చినట్టు భావించారు. అక్కడ తప్ప ఎక్కడా అలాంటి న్యాయం జరుగదన్నట్లు ధీమాగా చెప్పారు.

'మీ సుఖం కోసం నా బిడ్డను దూరం చేసుకోవాలా? మీ ఆనందం కోసం, మీ కోరికల కోసం, మీ కామం కోసం తల్లికి బిడ్డను కాకుండా చేస్తారా? నాశనం అయిపోతారు, మట్టి కొట్టుకుపోతారని దుమ్మెత్తి పోసింది.'

'శపించింది, శాపనార్థాలు పెట్టింది. నడిపమ్మ అంతమందిలో అంత గట్టిగా మాట్లాడటం చూసి ఊరి పెద్దలు జడుసుకున్నారు, శాపం తగులుతుందేమోనని కొందరు భయపడ్డారు, కొందరు కోపంగా పళ్ళు కొరికారు.'

'దేవదాసి దానివని జాలి చూపితే ఊరినే శపిస్తావా? మా మీదే దుమ్మెత్తి పోస్తావా? దీన్ని ఆ చెట్టుకు కట్టి వంద కొరడా దెబ్బలు కొట్టండి. ఇంకోసారి పంచాయితీ తీర్పుకు ఎదురు చెప్పకూడదు. ఈ సారి నోరు తెరిస్తే నాలుక కోసి పడేస్తామని హెచ్చరించారు.'

కొరడా దెబ్బలు తిన్న తర్వాత గుడిసెకు చేరుకుంది. పిల్లగాన్ని తలుచుకొని కుమిలి కుమిలి ఏడ్చింది. వారం రోజుల తర్వాత మళ్ళీ వెళ్ళాడు వాడు.

'ఏమే నన్నే తంతావా? నీ బిడ్డను నీకు కాకుండా చేసినా. ఇప్పుడు నీ కొవ్వును అణచుతా అంటూ నడిపమ్మ మీదపడ్డాడు.' చెంపల మీద, పెదవుల మీద, పాలిండ్ల మీద, నాభి మీద, మర్మాంగం మీద, తొడల మీద, ఇంకా అనేక శరీర అవయవాల మీద

బీడీలతో కాల్చాడు, గోర్లతో గీరాడు, జుట్టు పట్టుకొని ఊంచినాడు, దొమ్మల మీద కాలేసి రుద్దినాడు, పొట్ట మీద పంటి గాట్లు పెట్టినాడు.

నీతో పండటం నాకు ఇష్టం లేదని చెప్పకూడదు, శత్రువు, మిత్రుడనే తేడా చూపకూడదు. అందరికి సమానంగా సుఖానివ్వాలి. లేదంటే గుడిలో గుడ్డి తల్లి ఆగ్రహిస్తుంది, ఊరిని వల్లకాడు చేస్తుంది. ఊరందరికి సుఖాన్ని ఇవ్వకపోతే ఊరు కరువుతో, వరదలతో నాశనమౌతుంది. అయితే కాని దానికి నడిపమ్మ లాంటి వాళ్లు ఎందుకు బలి కావాలి? అన్యాయం, మోసం, దగ, కుట్ర, పన్నాగం, అక్రమం, అరాచకం.

తన పిల్లగాన్ని తాను చూడటానికి తన గుడిసెకు తాను వెళ్ళకూడదు. అందుకే నడిపమ్మ వాళ్ల అమ్మ అప్పుడప్పుడు బిడ్డను తీసుకొని గుడికి వెళ్ళేది. గుడిలోనే బిడ్డను చూసుకొని కడుపు నిండా పిల్లగానికి పాలు పట్టేది.

'ఈ నరకం అనుభవించలేను, నన్ను ఈ నరకం నుండి బయట పడేయండని తల్లిని పట్టుకొని ఏడ్చింది. గాయాలను చూపించింది. నేనేం పాపం చేశానని నన్ను వదిలేశారని తల్లి పాదాల మీద పడి కొట్టుకుంది.'

నడిపమ్మ పరిస్థితి చూసి నడిపమ్మ తల్లి తల్లడిల్లిపోయింది. ఏ జన్మలో చేసిన పాపమో నిన్ను ఇలా చేసింది తల్లీ. నీ బతుకును మార్చలేను. కష్టంగా ఉంటే సచ్చిపో అంటూ ఏడ్చుకుంటూ అక్కడి నుండి వెళ్ళిపోయింది.

తల్లి మాటలకు మరింత బాధపడింది. తన తల్లి ఏ ఉద్దేశంతో ఆ మాటలు అనిందో గ్రహించింది. ఇలాంటి బతుకు ఏ ఆడదానికి రాకూడదు, బతుకంతా ఈ నాలుగు గోడల మధ్యే, ఈ చీకటి గదిలోనే ఊరందరికీ సుఖాన్ని ఇస్తూ బతకడం ఎందుకని ఊరి చివర ఉన్న బాయిలో దూకింది.

నడిపమ్మ బాయిలో దూకిందని ఎవరో అరిచారు, మరెవరో బాయిలోకి దూకి నడిపమ్మను బయటకు తెచ్చారు, ఇంకెవరో నడిపమ్మ పొట్ట మీద నొక్కి నీటిని బయటకు తీశారు.

'ఎందుకే బాయిని నాశనం చేయాలనుకున్నావు? నువ్వు చస్తే చావు కానీ బాయిలో పడి చస్తే నీళ్లను ఎలా వాడుకునేది?' నడిపమ్మ సచ్చినా ఫర్వాలేదు కాని బాయిలో నీళ్లు గలీజు కాకూడదు. నడిపమ్మ ఊరి కోసం తన జీవితాన్ని త్యాగం చేయాలి. నడిపమ్మ బాధ, కష్టం ఎవరికీ అవసరం లేదు. నడిపమ్మ మనిషి కాదు తానొక ఆట బొమ్మ.. ఎవరైనా ఆడుకోవచ్చు.

విషయం తెలుసుకున్న ఈసరయ్య అక్కడికి వెళ్ళాడు.

'ఏమే ఎందుకు దూకినావు? ఏం తక్కువైంది? డబ్బులు బాగానే వస్తున్నాయి కదా! ఇలా బాయిలో పడితే ఊరికి అరిష్టం.' అరిచాడు, కనుబొమ్మలు ముడి వేశాడు, కళ్లను పెద్దగా చేసి ఉరిమాడు.

'నేను ఈ బతుకు బతకలేను, ఈ నరకం నాకొద్దు, నా శరీరం మొత్తం పుండుగా ఉంది. నేను గుడిసెలో ఉన్నంతకాలం ఎవరో ఒకడు వస్తూనే ఉంటాడు. నేనెలా ఉన్నా వాళ్లకు అవసరం

లేదు. జ్వరం వస్తున్నా, ఓపిక లేకపోయినా, నెలసరి అయినా, గర్భవతిని అయినా వాళ్లకు సుఖాన్ని ఇయ్యాల్సిందే. నా వల్ల కాదు నన్ను చావనియ్యండి. నేను చావడనికి అనుమతిని ఇవ్వండని ఈసరయ్యా కాళ్ల మీద పడింది.'

'ఎందుకే ఏడుస్తావు? ఇప్పటి నుండి రోజుకు ఐదు మంది మాత్రమే నీ గుడిసెకు వస్తారు. కొన్ని రోజులు ఆగితే అన్ని సమస్యలకు సమాధానం దొరుకుతుంది. నువ్వు ఒక్కదానివే కాబట్టి నీ దగ్గరకే వస్తున్నారు లేదంటే ఎందుకు వస్తారు?.'

ఇంకెంత మంది ఆడోళ్లు ఈ ఊరి కోసం నాశనమవ్వాలి? దేవుడికి ఒక భార్య చాలదా? దేవుడి పేరుతో ఆడవాళ్లను శృంగార వస్తువులుగా, వేశ్యలుగా చేయాలనే ఈసరయ్యా ఆలోచనను పసిగట్టింది నడిపమ్మ.

తనలాగే ఇంకా చాలామంది ఆడవాళ్లను నాశనం చేస్తున్నారని బాధపడింది, ఎదిరించి పోరాడాలని అనుకోలేదు, ఇలాంటి ఆచారం వల్ల, సంస్కృతి వల్ల ఆడవాళ్ల జీవితాలు నాశనం అవుతాయని ప్రశ్నించలేకపోయింది. ప్రశ్నిస్తే తనను చంపుతారు, లేదంటే చనిపోయేలా చేస్తారు. తను చస్తే ఇంకో ఆడది, అది కూడా చస్తే మరో ఆడది. ఇదొక కుట్ర, ఆచారం పేరుతో జరిగే అమానవీయం. దేవతను అడ్డు పెట్టుకొని ఆడుతున్న నాటకం.

దేవతను ఎదిరించలేరు? దేవతంటే భక్తి, భయం, నమ్మకం అదే ఈసరయ్యాకు పెట్టుబడి, మహిళలతో చేసే శృంగార క్రీడ. గుడ్డినమ్మకం ఉన్నంతవరకు, మూఢ విశ్వాసాలు సమాజం నుండి వెళ్ళిపోయే వరకు ఆడవాళ్ల దుస్థితి మారదు. ఈసరయ్యా సచ్చినా

దేవుడి భార్య ⚛ 69

ఈ ఆచారం చావదు. ఇక్కడ చావాల్సింది ఈసరయ్య కాదు ఆచారం. ఎలా చంపాలి, తప్పని అర్థమయ్యేలా ఎలా చెప్పాలి? దేవుడు మనుషుల శరీరాల్లోకి రాడని ఎలా వివరించాలి? నడిపమ్మ సతమతమయ్యింది. ఈసరయ్య మాటలు విన్న తర్వాత చనిపోకూడదని, పోరాడాలనుకుంది. తన లాగా ఎవరూ వాళ్ల జీవితాలను నాశనం చేసుకోకూడదని అనుకుంది.

'మరుసటి రోజు ఊరి పెద్దలతో ఈసరయ్య సమావేశం అయ్యాడు. జరిగిన విషయాన్ని చెప్పి దీనికి పరిష్కారం ఏమిటని పూజారి వైపు చూశాడు.'

'పూజారి కాసేపు ఆలోచించి ముగ్గురు ఆడపిల్లలు ఉన్న గుడిసె నుండి ఆఖరి బిడ్డను దేవుడికిచ్చి పెళ్లి చేయాలని అమ్మవారితో పలికిస్తే సరిపోతుందన్నాడు.' వాళ్ళ అభిప్రాయాలను, ఆలోచనలను, అక్రమాలను, అరాచకాలను, అన్యాయాలను, దాష్టీకాన్ని అమ్మవారి చేత పలికించారు.

అమ్మవారిని ఎదిరించేవారు, అమ్మవారి మాటకు అడ్డు తగిలేవారు లేరు, లేకుండా చేశారు. ఎవరైనా ఎదిరిస్తే మరుసటి రోజు వాళ్లని అమ్మవారు చంపుతుంది, రక్తం కక్కుకునేలా చేస్తుంది. చేసేది, చేయించేది ఈసరయ్య లాంటి వాళ్లు, తోసేది అమ్మవారిపై.'

ఆచారం వేరు కావచ్చు, అమ్మవారు వేరు కావచ్చు, ఊరు, ప్రాంతం, సందర్భం వేరు కావచ్చు దేవుడి/దేవత పేరు చెప్పి జరిగేదంతా అరాచకం, అన్యాయం, మోసం, దగ, కుట్ర, దోపిడీ. దేవుడు ఉన్నాడో లేడో పక్కన పెడితే దేవుడి పేరుతో జరిగే ప్రతి పని వ్యక్తుల స్వలాభం కోసమే. సమాజంలో ఒక వర్గం ప్రజలు మరో వర్గం

ప్రజలను చెప్పు చేతుల్లో పెట్టుకోడానికే. ఇదే నాటి నుండి నేటి వరకు జరుగుతోంది. ప్రజలు మేల్కొనే వరకు జరుగుతూనే ఉంటుంది.

రెండు రోజుల తర్వాత అమ్మవారి నోటి వాక్కు వచ్చింది. ఊరిలో పది మంది ఆడపిల్లలను దేవుడికిచ్చి పెళ్లి చేశారు. అందరూ 15, 16, 17 వయస్సు వారే. తమ బిడ్డలను ఎందుకు దేవుడికిచ్చి పెళ్లి చేయాలని ఎవరూ అడగలేదు, అడిగే ధైర్యం లేదు. అమ్మవారు చెప్పగానే పిల్లలను కొట్టి, తిట్టి, చావబాది పెళ్లి చేశారు. పెద్ద మనిషి అయినవారు వేరుగా గుడిసెలో ఉండాలి, కానివారు వాళ్ల ఇంట్లోనే ఉండి పెద్ద మనిషైన తర్వాత ఈసరయ్యా పక్కలో పండి వేరు గుడిసెకు మారాలి.

కొంతమంది బాధగా, కొంతమంది సంతోషంగా, కొంతమంది అయిష్టంగా తమ బిడ్డలను దేవుడికి ఇచ్చి పెళ్లి చేశారు. ఒకరోజు ముగ్గరితో, ఇంకో రోజు ఇద్దరితో, ఒక్కోసారి ఐదారు మందితో కూడా ఈసరయ్యా పడుకున్నాడు. ఎంతోమంది అమాయక ఆడ పిల్లల జీవితాలను నాశనం చేశాడు. దేవదాసి ఆచారం స్త్రీజాతిని తరతరాలుగా వెంటాడుతోంది, వేటాడుతోంది, పీడిస్తోంది, హింసిస్తోంది, శారీరకంగా, మానసికంగా కుంగిపోయేలా చేసింది.

నడిపమ్మ గుండెలు పగిలేలా ఏడ్చింది. గుడిసె గుడిసెకు తిరిగి మీ బిడ్డలను దేవుడికి ఇచ్చి పెళ్లి చేయద్దని బతిమిలాడింది. ఇదంతా కుట్ర, మోసం, అన్యాయమని మొత్తుకుంది.

అలా మాట్లాడకు అమ్మవారికి కోపం వస్తుందని కొందరు, మంచో చెడో దాని రాత అలా రాసి పెట్టి ఉంది.. మేమేమీ చేయలేమని మరికొందరు, నిజమే కాని మా బిడ్డకు పెళ్లి

చేయలేము, చేసే స్తోమత లేదు, దేవుడికిచ్చి పెళ్లి చేస్తే దాని బతుకు అది బతుక్కుంటుందని ఇంకొంత మంది, ఇది దేవుడు మాకిచ్చిన అదృష్టం దాన్ని వదులుకోలేమని, ఇలాంటి అవకాశం ఎవరికీ రాదని మరికొందరు.

అమాయకుల మూర్ఖత్వాన్ని, అమాయకత్వాన్ని, నిస్సహాయతను, చేతకానితనాన్ని వాడుకున్నారు, వాడుకుంటున్నారు, వాడుకుంటూనే ఉంటారు. చైతన్యవంతులు అయ్యే వరకు, నిజాలు తెలుసుకునే వరకు, నిజాన్ని నిజంగా స్వీకరించేవరకు.

***

నడిపమ్మ గుడిసె పక్కన మరో ఆరు గుడిసెలు పడ్డాయి. సీతవ్వ, రామక్క, లచ్చుమ్మ నడిపమ్మకు తోడయ్యారు. ఒకరి బాధలు మరొకరు చెప్పుకొని ఏడ్చుకున్నారు, బాధపడ్డారు, కుమిలిపోయారు, మనలాగా ఎవరికీ జరగకూడదని మాట్లాడుకున్నారు.

తెల్లటి శరీరం, ఎర్రటి పెదవులు, నల్లటి కనుగుడ్లతో లేత కమలంలా, అప్పుడే వికసించిన వెన్నెలలా ఉంటుంది అనసూయ. అనసూయకు 16 సంవత్సరాలే కాని అలా కనపడదు. పెద్ద వయసు దానిలా కనపడుతుంది. ముక్కు మీద కోపం, ఏదైనా సరే ముఖం మీదే కొట్టినట్టు చెప్తుంది. నడిపమ్మ ఇంటికి ఎక్కువ మంది వెళ్ళడం అనసూయకు నచ్చలేదు. నడిపమ్మ కనపడితే చాలు మూతి ముడుచుకుంటుంది, వినపడకుండా తనలో తానే గొణుక్కుంటుంది. రెండుసార్లు చూసి ఊరుకుంది నడిపమ్మ. మూడోసారి పిలిచి చివాట్లు పెట్టింది.

'నీకేం ద్రోహం చేశానని? నన్ను శత్రువులా చూస్తున్నావు. ఇది మన బతుకు కాదు, మనం ఇలా బతకకూడదు. మనమంతా ఏకమై పోరాడాలే తప్ప మనలో మనమే గొడవ పెట్టుకుంటే ఎలా?'

'పోరాటాలు, గీరాటాలు నువ్వే చేసుకో, నాకవసరం లేదు. ఇదే బాగుంది, సుఖంగా ఉంది. ఒక ముండాకొడుకు దగ్గరే ఉండే కంటే ఇలా నలుగురితో ఉండటమే మేలు. మా బావ డబ్బు కోసం అక్కను నానాహింసలు పెడుతున్నాడు. వదిలేసిరా అంటే రాదు. ఒకసారి పెళ్ళైతే చావైనా, బతుకైనా తన దగ్గరే అంటుంది. ఆ పెళ్లి కంటే ఇలా ఉండటమే నయం. ఇక్కడ నన్ను ఎవరూ ఏమీ అనరు, ఆ బట్టలు వేసుకో, ఈ బట్టలు వేసుకో అని చెప్పారు. వాళ్ల హుకుం నాపై జారి చేయలేరు. ఏమైనా మాట్లాడితే తన్ని పంపుతానని మూతి తిప్పుకొని వెళ్ళిపోయింది.'

వినేరకం కాదని మనసులో అనుకొని అనసూయతో మాట్లాడకుంటేనే మంచిదనుకుంది నడిపమ్మ.

నడిపమ్మ, సీతవ్వ, రామక్క, లచ్చుమ్మ ఒకరికి ఒకరు తోడుగా, నీడగా ఉన్నారు. నలుగురు కలిసి గుడికి వెళ్ళడం, వాళ్లకు కావాల్సిన వంటలు వండుకొని తినడం, దేవదాసి ఆచారాన్ని తీసేయాలంటే ఎలా చేయాలో మాట్లాడుకోవడం చేస్తుండేవారు.

నడిపమ్మ మళ్ళీ గర్భవతి అయ్యింది. గర్భవతని తెలిసిన తర్వాత ఇంటికి ఎవరినీ రానివ్వడం లేదు. ప్రసవం అయ్యేవరకు ఎవరూ రాడానికి వీలు లేదని ముఖం మీదే చెప్పింది. ఊరి పెద్దలు నడిపమ్మను పిలిపించి 'ఏమే? దేవదాసి దానికి పిల్లలు వద్దని చెప్పినాము కదా! ఆచారి దగ్గరకు వెళ్లి తీయించుకో.'

'లేదు తీయించుకునేది లేదు. ఏం చేస్తారు? మహా అయితే కొడతారు, తిడతారు, తంతారు లేదంటే చంపుతారు అంతే కదా! మీరు ఏం చేసినా నా బిడ్డను చంపుకునేది లేదు.' ఎదిరించింది, చెప్పుతో కొట్టినట్టు మాట్లాడింది.

'ఏమే? ఎవరిని చూసుకొని నీ పొగరు, నాలుక తెగుతుంది' గర్జించాడు ఈసరయ్య.

'నువ్వు నాలుక కోస్తే నేను చూస్తూ ఊరికే ఉంటానా? నాకూ చేతులు ఉన్నాయి, నా దగ్గరా కత్తి ఉంది అనగానే ఎగిచ్చి రొమ్ములపై తన్నాడు.'

'లంజాకొడకా! నన్నే తంతావా? నీ అంతు చూస్తానంటూ ఈసరయ్య మీదకు దూసుకుపోయింది, చెప్పు కాలుతో తన్నింది, పంచె ఊడగొట్టింది. ఏం జరుగుతోందో ఎవరికీ అర్థం కాలేదు. నోర్లు ఎల్లబెట్టారు, చోద్యం చూశారు.'

'ఈసరయ్య మాటకు ఎదురు తిరిగే మొగోడే ఆ ఊర్లో లేడు. అలాంటిది ఒక దేవదాసి ఈసరయ్యను అంతేసి మాటలు అనడం, తన్నడం చూసి ఊరి ప్రజలు నిస్తేజంగా ఉండిపోయారు.' శభాష్! నడిపమ్మ మంచిపని చేసిందని కొందరు, ఆడ పులి అని కొందరు, ఈసరయ్య పాపం పండింది, ఇక ఊర్లో ఎలా బతుకుతాడని కొందరు గొణుక్కున్నారు.

'అమ్మా! తల్లీ! శాంతించు తల్లి! నీ బిడ్డలపై ఆగ్రహం వద్దు తల్లీ అని సీతవ్వ నడిపమ్మ చేతిలో యాప మండలను పెట్టింది. సీతవ్వ ఏం చేస్తోందో నడిపమ్మకు కాసేపు అర్థం కాలేదు. ఆ తర్వాత

సీతవ్వ ఆలోచనను పసిగట్టి అమ్మవారు పూనినట్టు నటించింది నడిపమ్మ.'

'నా బిడ్డనే సంపుతారా? నా బిడ్డ మీద కాలు వేయడానికి ఎన్ని దొమ్మలురా? ఈ ఊరిని నాశనం చేస్తా, ఊరు వల్లకాడు అవుతుందని ఊగింది నడిపమ్మ.'

'ప్రజలంతా భయబ్రాంతులకు గురయ్యారు. అమ్మా! తల్లీ! క్షమించు తల్లీ ఇంకొక సారి ఇలా జరగకుండా చూసుకుంటాము. మమ్మల్ని క్షమించు తల్లీ అని కొందరు నడిపమ్మ కాళ్ల మీద పడ్డారు. మరికొందరు హారతి పట్టారు, ఇంకొందరు టెంకాయలు కొట్టారు.'

'పక్కనే అనసూయ కూడా పూనకం వచ్చినట్టు ఊగింది. అది అమ్మవారు కాదురా దెయ్యం. దాన్ని తన్ని తరమండి. అది ఊరిలో ఉంటే ఊరికే దరిద్రం. ఊరి నుండి వెలి వేయండని కోపంగా ఉరిమింది.'

'ఎవరు నిజం చెప్తున్నారో? ఎవరు అబద్ధం చెప్తున్నారో ఊరి ప్రజలకు అర్థం కాలేదు. అందరూ పూజారి వైపు చూశారు. పూజారి ఇద్దరి చేతులను పట్టుకొని నాడిని పరిశీలించాడు. ఇద్దరికీ వచ్చింది అమ్మవారు కాదని, దెయ్యం పట్టిందని చెప్పాడు. వెంటనే పూజారి చెంప ఛెళ్లుమనిపించింది నడిపమ్మ. నన్ను దెయ్యం అంటావా? నీ గురించి, నువ్వు చేస్తున్న ఆకృత్యాల గురించి చెప్పమంటావా? నా మెడలో ఉన్న ముత్యాల హారం ఏమైందో చెప్పు అని గట్టిగా అరిచింది.'

'అవును! పది రోజుల నుండి అమ్మవారి మెడలో ముత్యాలహారం కనిపించడం లేదని గుంపులో నుండి ఎవరో గట్టిగా అరిచారు. నిజమే! మేము కూడా చూశామని మరికొందరు ఆ గొంతును బలపరిచారు. నువ్వు నా ముత్యాల హారాన్ని కాజేసి నీ కూతురికి పంపలేదా? అని జుట్టు పట్టుకొని ఊపింది.'

'క్షమించు తల్లీ! రెండు రోజుల్లో నీ ముత్యాలహారం నీకు సమర్పిస్తానని కాళ్ల మీద పడ్డాడు పూజారి. ఊరి ప్రజలంతా నడిపమ్మ కాళ్ల మీద పడి పొర్లినారు.'

'ఊరి పెద్దలు కలగచేసుకొని నడిపమ్మను గుడిసెకు తీసుకెళ్లండని చెప్పారు. అవమాన భారాన్ని మోయలేకపోయాడు ఈసరయ్య.'

'చెదిరిన జుట్టును సరిచేసుకోలేదు, ఊడిపోయిన పంచెను మళ్ళీ కట్టుకోలేదు, కళ్లలో సముద్రాలు నిండుకున్నాయి, ఎప్పుడూ తల వంచని ఈసరయ్య తల నేల చూపులు చూసింది. ఎవరూ ఈసరయ్యతో మాట్లాడే ప్రయత్నం చేయలేదు. పనివాడు ఈసరయ్యకు నీళ్లు అందించాడు. గ్లాసును ఇసిరి కొట్టాడు. మెల్లగా.. శవంలా ఇంటికి కదిలాడు.'

'ఆ తర్వాత నడిపమ్మ ఇంటికి ఎవరూ వెళ్ళలేదు. సీతవ్వ తెలివిని మెచ్చుకుంది నడిపమ్మ. ఈసరయ్య ఇంటి నుండి బయటకు రావడం లేదు. రెండు నెలలు, మోడు నెలలు, ఆరు నెలలు గడిచింది ఇంకా రాలేదు. నడిపమ్మ ఆడ బిడ్డకు జన్మనిచ్చింది.'

ఊరంతా పండగ చేసుకుంది. నడిపమ్మ బిడ్డను కూడా దేవదాసిని చేయాలని ఊరి పెద్దలు తీర్మానించారు. నా బిడ్డను దేవదాసిని చేయడానికి ఒప్పుకోనని తెగేసి చెప్పింది. ఊరి పెద్దలను ఎదిరించిందని నడిపమ్మ బట్టలను విప్పి బిత్తలుగా ఎద్దులబండి మీద నిలబెట్టి ఊరంతా ఊరేగించాలని శిక్ష వేశారు. అది ఊరి పెద్దల శిక్ష కాదు ఈసరయ్యా తీర్పు, ఈసరయ్యా ప్రతీకారం, ఈసరయ్యా హుకుం.

ఈసరయ్యా గుడిసె నుండి బయటకు రాకుండానే కథ మొత్తం నడిపించాడు. ఊరి మధ్యలో గుంపులు గుంపులుగా జనం. కేకలు, ఈలలు, అరుపులు, పూనకాల మధ్య నడిపమ్మ బట్టలను విప్పారు, ఎద్దుల బండి మీద నడిపమ్మను కట్టెకు కట్టారు.

ఎవడో నడిపమ్మ పాలిండ్లను నలిపాడు, మరెవడో మర్మాంగం మీద చేతులు వేసి కెలికాడు, ఇంకెవడో పిరుదులను కొరికాడు. ఎద్దులబండి మీద ఇద్దరు మగవాళ్లు ఎంత ఆపుతున్న ఎవరూ ఆగడం లేదు. నడిపమ్మ ఊరేగింపు ఈసరయ్యా గుడిసె ముందు నిలబడింది. గుడిసె నుండి ఈసరయ్యా బయటకు వచ్చాడు, మాసిపోయిన గడ్డం, అలసిపోయిన శరీరం, ఉన్మాదపు చూపులు. ఈసరయ్యాను చూసి ఊరి ప్రజలు మెడలు వంచారు, కాళ్ల మీద పడ్డారు.

"వేడి వేడిగా బాగా కాంచిన బాన నీళ్లను నడిపమ్మ శరీరం మీదకు ఇసిరాడు. గట్టి గట్టిగా కేకలు పెట్టింది, అరిచింది, ఈ నరకం వద్దు నన్ను చంపండని బతిమిలాడింది, నాశనం అవుతారని శాపనార్థాలు పెట్టింది."

దేవుడి భార్య 77

నడిపమ్మ శరీరం మీద చర్మం ఊడిపోయింది, ఎర్రగా కందింది. ఊరేగింపు తర్వాత గుడిసె దగ్గర పడేసి వెళ్లారు. సీతవ్వ, అనసూయ, రామక్క, లచ్చుమ్మ అందరూ నడిపమ్మను ఎత్తుకొని గుడిసెలోకి తీసుకెళ్లారు.

రామక్క ఆచారి ఇంటికి వెళ్లి గుడిసె దగ్గరికి రమ్మని వేడుకుంది. రాలేనని, వస్తే ఈసరయ్య చంపుతాడని, నేనిచ్చినానని చెప్పమంటే మందు ఇస్తాను అన్నాడు. మందును తీసుకొని నడిపమ్మ శరీరం మొత్తం పూశారు.

అనసూయ కూడా నడిపమ్మతో చేరింది. ఈరోజు నడిపమ్మ రేపు నేనని గ్రహించింది. కలిసి పోరాడాలని నమ్మింది. రెండు నెలల పాటు నడిపమ్మ బిడ్డను, నడిపమ్మను జాగ్రత్తగా చూసుకున్నారు. ఆరునెలల తర్వాత నడిపమ్మ కోలుకుంది. చర్మం మాత్రం తెల్లగా పాలిపోయింది.

ఎలాగైనా సరే ఈసరయ్యను చంపాలి. ఈసరయ్యతో పాటు మన ఊరిలో ఉన్న ఈ దేవదాసి విధానాన్ని లేకుండా చేయాలని మాట్లాడుకున్నారు. దాని కోసం తమకు మరింత మంది తోడు కావాలనుకున్నారు.

అనసూయకు, నడిపమ్మకు పడదని ఈసరయ్య ఉద్దేశం, నమ్మకం. అందుకే అనసూయ ఇంటికి వెళ్ళేవాడు. అనసూయ ఈసరయ్యను ప్రేమగా ఆక్రమించింది, వలపు వల విసిరింది, తన ఊబి లాంటి కౌగిట్లో బిగించుకుంది. కొంగుకు ముడి వేసుకుంది. ఈసరయ్య అనసూయ ఎలా చెపితే అలా వినేవాడు.

నాటు సారా పోసింది, గంజాయి ఇచ్చింది. మత్తు, మైకం తన శరీరం సోదినంలో లేదు. ఈసరయ్య శరీరాన్ని ముక్కలు ముక్కలు చేయాలని నడిపమ్మ ఆశ, కోపం, ఆక్రోశం. తన గుడిసెలో చంపితే అనుమానం వస్తుందని ఈసరయ్య గుడిసెకే తీసుకెళ్లింది అనసూయ. అనసూయ వెంట సీతవ్వ, నడిపమ్మ, రామక్క, లచ్చుమ్మ నడిచారు.

ఈసరయ్య నెత్తి మీద బండరాయితో కొట్టాలని నడిపమ్మ, అంగాన్ని కోసి ఊరి మధ్యలో వేలాడతీయాలని సీతవ్వ, కాళ్లు, చేతులు నరికి కుక్కలకి, పందులకి వేయాలని రామక్క అనుకున్నారు. వాళ్లకు జరిగిన అన్యాయం, అక్రమం, అరాచకం, అవమానం, అనైతికం అలా ఆలోచించేలా చేశాయి.

ఈసరయ్యను భుజాలపై వేసుకొని తీసుకెళ్లడం ఎవరో చూసి పూజారికి కబురు ఇచ్చాడు. ఎందుకో అనుమానం, ఏం చేస్తారోనని భయం అంగీ తొడుక్కొని ఈసరయ్య ఇంటికి నడిచాడు పూజారి.

ఈసరయ్యను మంచం మీద పడుకోపెట్టారు. అదే మంచంలో ఎంతమందిని చెరిచాడో, ఎంతమంది అమ్మాయిల జీవితాలను నాశనం చేశాడో, ఎంతమంది ఆడపిల్లల రక్తంతో తడిసిందో. ఉసురు, పాపం, శిక్ష.

'ఒసేయ్! రా.. నా పక్కలో పడుకో, పంచె విప్పు, ఎగురు, బట్టలు ఎందుకు వేసుకున్నావు? ఎక్కు పైకి ఎక్కు వాంచు అని గొణిగాడు ఈసరయ్య.'

***

"బండరాయితో ఈసరయ్య గుండెలపై బాదింది నడిపమ్మ. పదునైన కత్తితో ఈసరయ్య అంగాన్ని కోసింది సీతవ్వ, కాళ్లు చేతులు నరికి ఊరి పీతిరి దొడ్లో వేశారు. ఊరి మధ్యలో కట్టెను భూమిలో గుచ్చి అంగాన్ని, తలను వేలాడదీశారు."

ఈసరయ్యను నరకడం పూజారి చూశాడు. పూజారి చూడటాన్ని అనసూయ చూసింది. మెడ పట్టుకొని గుడిసెలోకి లాగింది. ఈసరయ్యను మేము చంపినట్లు ఎవరికైనా చెపితే నీకు కూడా ఇదే గతి పడుతుందని బెదిరించింది.

మేము చెప్పినట్టు చేయకపోతే నిన్ను ముక్కలు ముక్కలు కోసి పంటలకు ఎరువుగా వేస్తామన్నారు. పూజారి హడలిపోయాడు, బతికుంటే నాలుగు హారతులు, మూడు పూజలు చేసుకోనైనా బతకచ్చునుకున్నాడు.

ఈసరయ్యను చంపింది అమ్మవారని ఊరి ప్రజలను నమ్మించు. దేవదాసి అనేది అమ్మవారు చెప్పించింది కాదని ఈసరయ్య ఆడించిన నాటకమని ఊరి ప్రజలందరికీ చెప్పు. దేవుడికి పెళ్లి పేరుతో ఆడవాళ్లను అనుభవించవచ్చని ఈసరయ్య అనుకున్నాడని బట్టబయలు చెయ్. అమ్మవారు ఆగ్రహించి ఈసరయ్యను ముక్కలు ముక్కలుగా చేసిందని చెప్పమన్నారు.

వాళ్లు చెప్పినట్టే పూజారి ఊరి ప్రజలకు చెప్పాడు. ఈసరయ్య మాత్రమే కాదు ఇంకా చాలామందిని అమ్మవారు బలి తీసుకుంటానని చెప్పిందని చెప్పాడు. పూజారి మాటలు విన్న

ప్రజలు ఈసరయ్యను తిట్టుకున్నారు, ఊరి శని వదిలిందనుకున్నారు, అమ్మవారు మంచి శిక్ష వేసిందని మొక్కుకున్నారు, ఊరిని కాపాడమని వేడుకున్నారు.

పూజారి ఎందుకు అలా చెప్పాడో ఊరి పెద్దలకు అర్థం కాలేదు. తమని కూడా అమ్మవారు చంపుతుందేమోనని భయపడ్డారు, ఊరు వదిలి పారిపోవాలనుకున్నారు. పాపం పండటం అంటే ఇదేనేమోనని బెత్తుకున్నారు.

అందరూ వెళ్ళిపోయిన తర్వాత 'నిజంగా అమ్మవారే చంపిందా? లేదంటే ఎవరైనా చంపినారా?' అని ఊరి పెద్దలు అడిగారు.

'నా కళ్లతో చూసినా! ఇంటి ముందు ఏదో గజ్జల చప్పుడు అయితే అర్ధరాత్రి లేసిన వెంట్రుకలు విరబోసుకొని, నుదుటి మీద రూపాయంత బొట్టు, నల్లగా, కోపంగా, ఆవేశంగా, ఉప్పెనలా, ఉగ్రంగా నడుచుకుంటూ వెళ్ళడం చూసి నేను కూడా వెనుకే వెళ్ళాను. ఆ మహా తల్లి ఈసరయ్యను తన ఖడ్గంతో ముక్కలు ముక్కలు చేసింది. ఆ తర్వాత శాంతపడి విషయాన్ని వివరంగా నాకు చెప్పింది.'

'అయితే మేము ఊరు వదిలి వెళ్లిపోతాము.'

'మీరు ఎక్కడున్నా ఆ తల్లి వస్తుంది. ఆ తల్లిని వేడుకోవడం తప్ప వేరే దిక్కు లేదు. నేను ఇన్ని రోజుల నుండి పూజలు చేస్తున్న కనుక నన్ను వదిలేసింది.'

దేవుడి భార్య 81

ఊరి పెద్దలు బిక్కుబిక్కుమంటూ ఇంటికి చేరుకున్నారు. రాత్రిళ్లు పడుకోవడం మానేశారు. కన్ను రెప్ప వేస్తే ఆ మహా తల్లి చంపుతుందేమోనని వణికిపోయారు.

నాలుగు రోజులు గడిచింది, పది రోజులు గడిచింది అమ్మవారు ఎవరినీ చంపలేదు. తమని క్షమించిందనుకున్నారు. అందరం కలిసి అమ్మవారికి జాతర చేద్దాం అనుకున్నారు. అనుకున్నట్లే జాతర తేదీలను దండోరా వేయించినారు.

రెండు రోజులు పాటు అమ్మవారికి అంగరంగవైభవంగా జాతర జరిగింది. మూడవ రోజు కోబలి. కోబలి అంటే మూడవ రోజు ఒక మేకపిల్లను కోసి దాని పొట్ట పేగులను చాటలోకి ఎత్తుకొని, లేత దూడ యొక్క గుండెకాయను నోట్లో పెట్టుకొని ఊరంతా రక్తాన్ని చల్లడం. ఈ తతంగం అంతా ఊరి పెద్దల సమక్షంలో ఆసాదుల మల్లన్న చేస్తాడు.

ఊళ్లో అందరూ దీపాలు ఆర్పేసినారు. డబ్బులు, వాయిద్యాలు నడుమ మల్లన బట్టలు విప్పి బిత్తలైనాడు. బలిపిల్లను నరికి దాని రక్తాన్ని మలన్న శరీరం మొత్తం పూశారు. మల్లన్న బాగా తాగి మత్తులో ఉన్నాడు. తాగకపోతే చాట ఎత్తుకొని ఊరంతా తిరగడం కుదరదు. అందుకే మల్లన్నకు బాగా తాపినారు. పొట్ట పేగులను మెడలో వేసినారు, చేతికి పెద్ద ఖడ్గం ఇచ్చినారు, యాపాకుల దండ వేసినారు, నోట్లో గుండె, కాలేయం పెట్టినారు. అమ్మవారి ముందు ఎగిరినాడు మల్లన్న. అమ్మవారిని పచ్చి బూతులు తిట్టినాడు.

ఏమే లంజా? ఎందుకు అంతగా నవ్వుతున్నావు? నీ ముక్కు పుడక నాకు ఇయ్యావా? దొంగముండ బాగా కులుకుతున్నావే? నీయమ్మ నా దగ్గరకు వస్తే కోస్తా పరంబోకు దానా అని తిట్టి అమ్మవారి విగ్రహం ముందు ఎగిరినాడు. (ఇది నిజంగా జరుగుతుంది జాతరలో, ఆసాదుల కులం వాళ్లు అమ్మవారిని పచ్చి బూతులు తిడతారు, అలా తిడితే అమ్మవారికి ఇష్టమని, ఆనందంగా భావిస్తుందని రాయలసీమ ప్రాంతాల్లో ప్రజలు నమ్ముతారు, అదొక మూఢ విశ్వాసం).

మల్లన్నకు రెండు వైపులా ఇద్దరు వ్యక్తులు నిలబడినారు. మల్లన వెనుక ఊరి పెద్దలు, ఆ వెనుక కొంతమంది ఊరి ప్రజలు నడుస్తారు. మల్లన్నకు ఎవరైనా ఎదురొస్తే చేతిలో ఉన్న కత్తితో పొడిచి చంపుతాడు. అందుకే మల్లన్నకు ఎవరూ ఎదురు వెళ్లారు. ఈ తతంగం అంతా తెల్లవారు జాము లోపు అయిపోవాలి.

మల్లన్న తూగుతూ, తూలుతూ కోబలి కోబలి అని అరుచుకుంటూ పరుగు లాంటి నడకతో నడిచాడు, నెత్తి మీద కోబలి చాటలో బలిపిల్ల పేగులు, మెదడు ఉంటాయి. ఆ చాట కిందపడితే ఊరికి అరిష్టం, ఊరు వల్లకాడు అవుతుంది. అందుకే మల్లన్నకు రెండు వైపులా ఇద్దరు మనుషులు మల్లన్న కింద పడకుండా చూస్తూ ఉంటారు.

ఆ సమయంలో మల్లన్నకు అమ్మవారు పూనుతుందని ఊరి ప్రజల నమ్మకం. అలా ఊరంతా నడుస్తున్నప్పుడు దుష్టశక్తులు మల్లన్న రూపంలో ఉన్న అమ్మవారిని చూసి భయపడతాయి,

పరుగు తీస్తాయి, గుడిసెల్లోకి దూరుతాయని గుమ్మాలకు మేకులను కొట్టుకుంటారు.

మల్లన్న పెద్దబజారు నుండి లోటరిపురం వైపు నడిచాడు. ఆ తర్వాత శ్రీనివాస హాలు పక్క వీధి నుండి గుంతబజార్ మిట్ట మీదుగా వెళ్ళాడు. సరిగ్గా పూల అంగళ్ళ దగ్గరికి వచ్చే లోపు ఆగిపోయాడు. కోబలి, కోబలి అని గట్టి గట్టిగా అరిచాడు, అలా మల్లన్న నిలబడినాడంటే అక్కడ ఏదో దుష్టశక్తి మల్లన్నకు అడ్డుపడిందని అర్థం. వెంటనే ఒక చిన్న మేకపిల్లను నరికి రక్తం చల్లినారు. కాసేపటికి మళ్ళీ నడవడం మొదలు పెట్టినాడు.

మల్లన్న కోంటోళ్ల వీధికి చేరుతానే ఎదురుగా జుట్టును విరబోసుకొని, రూపాయంత ఎర్రటి బొట్టు పెట్టుకొని, ముఖమంతా నల్లగా, మెడలో యాపాకుల, పుర్రెల దండతో అమ్మవారు ఎదురొచ్చింది. పూజారి చెప్పిన పోలికలతోనే ఉండటంతో చాట కింద వేసి పరిగెత్తినాడు మల్లన్న.

చీకట్లో ఎవరికీ ఏమీ కనపడటం లేదు. అమ్మవారి ముఖం మాత్రమే కనపడుతోంది, భయంకరంగా, ఉగ్రంగా ఊగి, ఊరి పెద్దల వైపు పరిగెత్తి తన పదునైన కత్తితో పొడిచింది, ఆ తర్వాత మెడ నరికింది, రెండవవాడిని కింద పడేసి గొంతు కోసింది, మూడవ వాడి పొట్టలోకి కత్తి దింపి రక్తాన్ని బయటకు తీసింది.

మల్లన్న వెనుక ఉన్న ప్రజలంతా ఎట్ల పడితే అట్ల పరిగెత్తినారు. ఊరి పెద్దలను తరిమి తరిమి నరికింది. కొంతమంది గుడిసెల్లో నుండే చూసి అమ్మవారిని మొక్కుకున్నారు. అమ్మవారి అరుపులు విని కొంతమంది బిగుసుకుపోయారు. అలా ఒక గంట

సమయంలో ఆరు మందిని చంపింది అమ్మవారి రూపంలో ఉన్న నడిపమ్మ.

తెల్లవారగానే ప్రజలంతా ఊరి పెద్దల శవాల ముందు గుమిగూడారు. అమ్మవారు ఇంతెత్తు ఉందని కొందరు, అమ్మవారి చేతిలో కత్తి ఉందని, కొడవలి ఉందని కొందరు గొడవపడ్డారు. రాత్రి వచ్చింది అమ్మవారు కాదని దుష్టశక్తి అని కొందరు.. కాదని మరికొందరు పంద్యాలు వేసుకున్నారు.

గుంపులు గుంపులుగా మాట్లాడుకుంటున్నారు, కొట్లాడుకుంటున్నారు, వారి సమస్యలు, బాధలు, కష్టాలు, నష్టాలు, అప్పులు సొప్పులు ఏది పట్టించుకోవడం లేదు. ఇప్పుడు ఊరి ప్రజలందరికీ ఒకటే సమస్య రాత్రి వచ్చింది అమ్మవారా? కాదా? ఆ సమస్య ముందు వారి కుటుంబ సమస్యలు చాలా చిన్నవిగా కనపడ్డాయి. అసలు వాళ్ల సమస్యలు సమస్యలే కాదనుకున్నారు. రాత్రి జరిగిన విషయం గురించి మాట్లాడకపోతే అన్నం పోవడం లేదు. ఒక పూట అన్నం తినకపోయినా ఫర్వాలేదు ఆ చర్చలో, గుంపులో ఉండాలనుకున్నారు.

ఊరి మగాళ్లు ఒకవైపు, ఆడోళ్లు మరోవైపు, చిన్న పిల్లలు ఒకవైపు ఎవరికి తోచింది వారు చెప్పారు. కొందరు అవును నిజమేనని నమ్మారు, కొందరు వాదులాడారు. ఎవరో పోలీసులకు చెప్పినట్లు ఉన్నారు. శవాల చుట్టూ గీతలు గీశారు. తాడు కట్టారు. కాసేపటికి శవాలను ఎత్తుకెళ్ళిపోయారు. ఈసరయ్య, ఊరి పెద్దల మరణంతో ఊళ్లో దేవుడికి పెళ్లి చేయడాలు ఉండవనుకున్నారు. రెండు నెలల తర్వాత పూజారి కూడా గుడి వెనుక వైపు రక్తం

కక్కుకోని చనిపోయాడు. అమ్మవారే చంపిందని కొందరు, ఎవరో కొట్టి కొట్టి చంపారని మరికొందరు అనుకున్నారు.

మూడు నెలల తర్వాత నడిపమ్మ, సీతవ్వ, రామక్క, అనసూయ, లచ్చుమ్మను పోలీసులు తీసుకెళ్లారు. ఆరు నెలల తర్వాత ఊరిలో జరిగిన హత్యలు వాళ్లే చేశారని నిర్ధారించారు. నలుగురికి జీవిత ఖైదు పడింది.

మా బతుకులు నాశనం చేసినవారిని చంపినాము, దేవదాసి పేరుతో మమ్మల్ని వేశ్యలుగా మార్చారని కోర్టుకు చెప్పుకొని వెక్కి వెక్కి ఏడ్చారు.

ఆ సంఘటన రాష్ట్రవ్యాప్తంగా చర్చనీయాంశం అయ్యింది. అనేక మంది సంఘసంస్కర్తలు దేవదాసి విధానాన్ని రూపుమాపడానికి అనేక రకాలుగా కృషి చేశారు, పోరాటాలు చేశారు. ఆ తర్వాత దేవదాసి నిషేధ చట్టాలు అమలులోకి వచ్చాయి. ఇక తమ బతుకులు మారిపోతాయని, అందరిలాగే తాము కూడా ఆనందంగా బతకచ్చని సంతోషంగా జైలుకు వెళ్లారు. వాళ్లు జైలులో ఉన్నా వాళ్ల లాంటి ఎందరో ఆడవాళ్లకు విముక్తి కలిగిందని ఆశపడ్డారు'

పదహైదు సంవత్సరాల తర్వాత సత్ప్రవర్తన కింద నలుగురిని జైలు నుండి విడుదల చేశారు. వాళ్లు జైలుకు వెళ్ళినప్పుడు బయటి సమాజం చాలా వెనకబడి ఉందని భావించారు, అప్పటి ప్రజలు చాలా అమాయకంగా ఉండేవారని, ఇప్పుడు మొత్తం మారిపోయిందని, వాళ్లు కూడా సుఖంగా ఉండవచ్చని సంబరపడ్డారు.

జైలు నుండి బయటకు వచ్చిన వెంటనే నడిపమ్మ కూతురు, కొడుకు తల్లి కోసం జైలు దగ్గరకు వెళ్లారు. ఇద్దరూ కలిసి ఒకే ఇంట్లో ఉంటున్నామని, పెళ్లి చేసుకోలేదని, పెళ్లి చేసుకోడానికి ఎవరూ ముందుకు రాలేదని, ప్రభుత్వం నుండి దేవదాసి పిల్లలకు ఎలాంటి సహాయ సహకారాలు లభించడం లేదని, ప్రభుత్వం నుండి ఎలాంటి గుర్తింపు కార్డు కూడా ఇవ్వలేదని, చదువుకోడానికి వెళ్తే మీ నాయన ఎవరని? గేలి చేస్తున్నారని అందుకే చదువుకోలేదని, ఇక్కడ బతకడం కన్నా చావడమే నయమని, ఎన్ని చట్టాలు వచ్చినా ఇంకా చాలామంది దేవదాసిలుగా మారుతున్నారని, చెల్లి కూడా దేవదాసిగా మారిందని, నేను పొలం పనులు చేయడానికి వెళ్తున్నానని నడిపమ్మ కొడుకు నడిపమ్మకు చెప్పి భోరున ఏడ్చాడు.

***

రాష్ట్ర వ్యాప్తంగా ఇంకా వేల మంది దేవదాసీలు కష్టాలు పడుతున్నారని, వందల మంది దేవదాసీలుగా మారుతున్నారని, తెలంగాణ, బెంగళూరు, తమిళనాడు, రాయలసీమ ప్రాంతాల్లో ఎక్కువగా దేవదాసి వ్యవస్థ ఉన్నదనే సమాచారాన్ని తెలుసుకుంది నడిపమ్మ.

దేవదాసి విధానం చట్టరీత్యా నేరమైనా చాలామంది దేవదాసీలుగా మారడం ప్రజల మూఢనమ్మకాలు, మూఢవిశ్వాసాలే కారణమని గ్రహించింది. ప్రజలను చైతన్య పరచడానికి పల్లె పల్లె, వాడ వాడ తిరిగి దేవదాసి విధానం తప్పని, ఆడవాళ్లకు అదొక శిక్షని చెప్పాలనుకుంది.

తన స్నేహితులతో కలిసి ఒక ప్రణాళికను ఏర్పాటు చేసుకుంది. ప్రజల్లో ఉన్న మూఢనమ్మకాన్ని మొదట తీసివేయాలి. ఆ తర్వాత దేవదాసీల బాధలను, అవసరాలను, కష్టాలను తెలుసుకొని పోరాడాలని అనసూయ, సీతవ్వ, రామక్క, నడిపమ్మ, లచ్చుమ్మ నిర్ణయించుకున్నారు.

అనంతపురం జిల్లాలో కొన్ని ప్రాంతాలు, కర్ణాటక రాయలసీమ సరిహద్దు గ్రామాల్లో దేవదాసీలు ఎక్కువగా ఉన్నారని తెలుసుకొని అక్కడికి వెళ్లారు. ఉద్దేహళ్ గ్రామాన్ని మొదట సందర్శించారు. దేవదాసీలను ఒక చోటకు చేర్చి దేవదాసీలుగా మీరు అనుభవించిన, అనుభవిస్తున్న నరకం చాలు. మీ పిల్లలను అదే నరకంలో వేయకండని వివరించారు.

బసివి, మాతంగి, దేవుడి భార్య లాంటి పేర్లతో పిలవడం అక్కడి ఆచారం. ఉద్దేహళ్ గ్రామంలో సుమారుగా నాలుగు వందల మంది దేవదాసీలు ఉన్నారు. ఇప్పుడు మేము దేవదాసీలు కాదని వేశ్యలమని కొందరు, ఒంటి మీద బట్టలు లేకుండా కొడుతున్నారని కొందరు, మా పిల్లలను చదివించడానికి బడి లేదని, మాకు ప్రభుత్వం నుండి గుర్తింపు కార్డు లేదని, ప్రభుత్వం నుండి ఎలాంటి సహాయ సహకారాలు అందడం లేదని, వృద్ధాప్య పింఛన్ ఇవ్వడం లేదని, వికలాంగులకు పింఛన్ అందలేదని, ఓటర్ గుర్తింపు కార్డు, బియ్యం కార్డు లేదని, మా పిల్లలకు ఉద్యోగ అవకాశాలు రావడం లేదని, ఉండటానికి ఇల్లు లేదని, ప్రభుత్వ పథకాలేమీ అందడం లేదని, బతకడానికి ఏదైనా సహకారం ప్రభుత్వం ఇస్తే ఈ నరకకూపం నుండి బయట పడతామని, కుల ధృవీకరణ పత్రం కూడా లభించడం లేదని సమస్యల చిట్టా విప్పారు.

మూఢనమ్మకం మాత్రమే కాదు పొట్ట కూటి కోసం కూడా దేవదాసీలుగా మారుతున్నారని, కరువు ప్రాంతమైన అనంతపురంలో వ్యవసాయం చేసుకోలేక, ఎలాంటి ఉపాధి అవకాశాలు లేక, ప్రభుత్వాల నుండి ఎలాంటి సహకారాలు అందకపోవడం వల్ల కూడా దేవదాసీలుగా మారుతున్నారని తెలుసుకున్నారు.

ఉలిగమ్మ, యలమ్మ, పెన్నోబిలేసు, హనుమంత రాయుడు లాంటి పేర్లతో చిన్న పిల్లలను కూడా దేవదాసీలుగా మారుస్తున్నారని, చదువుకోవాలనే ఆశ పిల్లలకు ఉన్నా కూడా ఆర్థిక కారణాలతోనే పిల్లలను దేవదాసీలుగా మారుస్తున్నారనే విషయం తెలుసుకొని కన్నీళ్లు పెట్టుకున్నారు నడిపమ్మ గుంపు.

దేవదాసి వ్యవస్థ వెళ్లిపోవాలంటే మొదట వారి సమస్యలు పరిష్కరించాలి. సమస్యలను పరిష్కరించాలంటే తమతో కుదిరే పని కాదనుకున్నారు. ప్రతి జిల్లా, మండల ప్రాంతం నుండి కొంతమంది దేవదాసీలను ఎంచుకొని వారికి వివిధ రకాలైన ఉపాధి శిక్షణ ఇప్పించడం, తద్వారా వారు ఇతర దేవదాసీలకు శిక్షణ ఇస్తే ఎవరి కాళ్ల మీద వాళ్లు నిలబడతారని, మహిళలకు ఆర్థిక స్వతంత్రం లభిస్తే, పురుషుడిపై ఆధారపడకుండా బతకగలిగితే దేవదాసీలుగా మారరని నడిపమ్మ ఆలోచన.

వెంటనే కొంతమంది దేవదాసీలను ఎంచుకొని జాకెట్లు కుట్టడం, కుట్లు, అల్లికలు, గంపలు అల్లడం, చీరలు నేయడం, ఆధునికంగా కుండలు తయారు చేయడం, తిను బండారాలు తయారు చేసి అమ్మడం, బొమ్మలు తయారు చేయడం ఇలా అనేక

రకాల రంగాలపై శిక్షణ ఇప్పించారు. శిక్షణ తీసుకున్న వారు ఇతర దేవదాసీలకు వాటిపై శిక్షణ ఇచ్చేలా ఏర్పాటు చేశారు.

శిక్షణ అయితే తీసుకున్నారు కాని వాటిని అమలు చేయాలంటే డబ్బు అవసరమయ్యింది. బయట ఎవరినైనా అడిగితే మిమ్మల్ని ఎలా నమ్మాలని? దేవదాసీలకు డబ్బు ఇచ్చేది లేదన్నారు.

నడిపమ్మ తనకు ఉన్న భూమిని అమ్మి మొదట పెట్టుబడిగా పెట్టింది. అది కొంత మందికి మాత్రమే సరిపోయింది. ఎక్కువ మంది జీవితాలు మారాలంటే ప్రభుత్వం నుండి ఆర్థిక సహకారం తప్పనిసరని తెలుసుకొని కొంతమంది ప్రజా ప్రతినిధులను కలిసింది. వారు హామీ అయితే ఇచ్చారు కాని అమలు పరచలేదు.

ప్రభుత్వాలను నమ్మితే ఏ పనీ జరగదని 'హోం ఫర్ దేవదాసి' పేరుతో ఒక సంస్థను నెలకొల్పింది. సంస్థలో కార్యకర్తలుగా అనేక మందిని చేర్చుకుంది. కార్యకర్తలు ప్రజల దగ్గరికి వెళ్లి దేవదాసీల గురించి, వారి సమస్యల గురించి వివరించి చందాలు వసూలు చేయాలి.

మొదట పది మంది కార్యకర్తలతో మొదలైన సంస్థ మూడు నెలలు తిరక్కుండానే 1000 మంది అయ్యారు. నెమ్మది నెమ్మదిగా సంస్థకు ప్రజల నుండి మద్దతు పెరిగింది. సంస్థకు వచ్చిన డబ్బును బ్యాంకులో వేసి వచ్చిన వడ్డీతో పనులు చేయడం ప్రారంభించింది.

అక్కడక్కడ ఇంకా తమ పిల్లలను దేవదాసీలుగా మార్చడం జరుగుతూనే ఉంది. అలాంటి వాళ్ల దగ్గరికి వెళ్ళడం,

వారికి వివరంగా దేవదాసి విధానం తప్పని చెప్పడం, ఆ పిల్లలను తన సంస్థలో చేర్చుకొని, దేవదాసి హోం లోనే చదువు చెప్పించడం చేసింది. తన సంస్థలోకి అనేకమంది రచయితలు, మేధావులు, సంఘసంస్కర్తలు, అనేక రంగాల్లో ఆరితేరిన వారు సభ్యులుగా చేరారు. చదువు ఆపేసిన ఆడపిల్లలకు చదువు చెప్పడానికి అనేక మంది ముందుకు వచ్చారు. ఆ విధంగా దేవదాసీలుగా మారిన వారి పిల్లలు విద్యావంతులు అవ్వడం మొదలైంది.

చదువుకుంటే ఏ పని అయినా చేసుకొని సమాజంలో గౌరవంగా బతకచ్చని బలంగా నమ్మింది నడిపమ్మ. నడిపమ్మ చేసే కార్యక్రమాలు చూసి కొంతమంది పెద్ద మొత్తంలో డబ్బు, స్థలం ఇచ్చారు. ఆ స్థలంలో నాలుగు గదుల బడి నెలకొల్పింది.

రెండు ఎకరాల భూమిలో దేవదాసి హోంకి కావాల్సిన కూరగాయలు పండించింది. ఆ తర్వాత ఆర్గానిక్ కూరగాయలు పండించి అమ్మింది. సంస్థకు ఎవరో పశువులను ఉచితంగా ఇచ్చారు. మొదట పాలు, పెరుగు దేవదాసి హోం వారే తినేవారు. ఆ తర్వాత మరో పది పశువులు కొని పాలను, పెరుగును, నెయ్యిని, వెన్నను అమ్మడం మొదలు పెట్టింది.

'గంగా' పాలు అనే పేరుతో పాలను అమ్మడం మొదలు పెట్టింది. జిల్లాలో ఆ పాలకు మంచి డిమాండ్ ఏర్పడింది. పది పశువులు కాస్త యాభై అయ్యాయి. అలా అంది వచ్చిన ప్రతి అవకాశాన్ని ఉపయోగించుకుంది.

ప్రభుత్వం నుండి వచ్చే ప్రతి పథకాన్ని నడిపమ్మ ఉపయోగించుకుంది. అధికారులతో, రాజకీయ నాయకులతో పోరాడి

ప్రతి దేవదాసికి గుర్తింపు కార్డును మంజురూ అయ్యేలా చేసింది. రాష్ట్రవ్యాప్తంగా ఉన్న దేవదాసీలను గుర్తించి ఒక లిస్టు తయారు చేసింది. వారి సమస్యలను నమోదు చేసి ప్రభుత్వం ముందు ఉంచింది.

వృద్ధాప్యంలో ఉన్న దేవదాసీలకు పింఛన్ మంజూరు చేయాలని డిమాండ్ చేసింది. తన పిలుపుతో అనేక మంది స్పందించారు. ప్రభుత్వం మీద ఒత్తిడి తెచ్చారు. కొంతమంది అధికారుల బృందం నడిపమ్మ తయారు చేసిన దేవదాసీల లిస్టును పరిశీలించి అర్హులైన వారందరికీ ప్రభుత్వం పింఛన్ ఇచ్చింది.

నడిపమ్మ కూతురి పేరు మీనాక్షి. తనకు పెళ్లి చేయాలని ఆశించింది నడిపమ్మ. పెళ్లి సంబంధాలు చూసింది. పెళ్లి చేసుకోడానికి ఎవరూ ముందుకు రాలేదు. పెళ్లి వయసులో ఉన్న దేవదాసీలకు పెళ్ళిళ్ళు చేస్తే వారి కంటూ ఒక కుటుంబం ఏర్పడుతుందని, వాళ్ల జీవితాలు వారు బతుకుతారనుకుంది.

మీనాక్షి చూడటానికి అందంగా ఉంటుంది కానీ దేవదాసి అయిన కారణంగా పెళ్లి చేసుకోడానికి ఎవరూ ముందుకు రాలేదు. పెళ్లి చేసుకుంటాను కాని కట్నం ఎక్కువగా కావాలన్నాడు ఒక సన్యాసి, పెళ్లి చేసుకోను ఉంచుకుంటాను అన్నాడు మరో వెధవ, పెళ్లి చేసుకోవాలనే ఉంది కాని తను మా కులం కాదన్నాడు మరో గొర్రె. నేను అభ్యుదయవాదిని వికలాంగురాలిని, భర్త చనిపోయిన మహిళను పెళ్లి చేసుకుంటాను కాని దేవదాసిని చేసుకోలేను అన్నాడు మరొక పురుష పుంగవుడు.

వితంతు వివాహాల కోసం ఎలా అయితే పోరాటం జరిగిందో దేవదాసీల వివాహాల కోసం కూడా అలాంటి పోరాటమే జరగాలనుకుంది నడిపమ్మ. దేవదాసీల పిల్లలకు, పెళ్లి చేసుకోని దేవదాసీలకు పెళ్ళిళ్ళు చేయాలని నిర్ణయించుకుంది. దేవదాసి వివాహాలు పేరుతో వధూవరులను ఒక చోటుకు చేర్చింది. మీనాక్షితో పాటు మరో ఇద్దరికీ పెళ్లి నిశ్చయమయ్యింది.

అనేక సమస్యలు, అడ్డంకులు, ఎంతోమంది చంపుతామని భయపెట్టడం, బెదిరించడం జరుగుతూనే ఉంది. దేవదాసి వ్యవస్థ చట్టవ్యతిరేకమైనా ఇంకా చాలా గ్రామాల్లో సంస్కృతీ, సంప్రదాయం పేరుతో పెళ్లికాని ఆడపిల్లలను దేవదాసీలుగా మారుస్తున్నారు. అలాంటి వారితో పోరాటం చేయాలంటే సామాన్యమైన విషయం కాదు.

ప్రతి ఊరిలో తక్కువ కులం వారే దేవదాసీలుగా మారడాన్ని నడిపమ్మ ఎత్తి చూపింది. అగ్ర కులాల ఆడవాళ్ళు దేవదాసీలుగా ఎందుకు లేరని ప్రశ్నించింది? తక్కువ కులాల వారికే ఎందుకు ఇలాంటి సంప్రదాయాలని? దళిత, మైనారిటీ మహిళలనే లక్ష్యంగా చేసుకొని కొంతమంది అగ్ర కులాల వారు చేసిన కుట్రలో భాగమేనని, ప్రజలు ఇలాంటి వాటిని నమ్మకూడదని సభలు, సమావేశాలు పెట్టి ప్రజలను చైతన్యవంతులను చేయడానికి ప్రయత్నం చేసింది.

అగ్రకులాల వాళ్లు, డబ్బున్న వాళ్లు ఇప్పటికీ దేవదాసి వ్యవస్థను తమ భుజాల మీద మోస్తున్నారని అలాంటి వాళ్లకు తగిన శిక్షలు పడాలని పోరాడింది. అనంతపురం జిల్లా ఉంతకల్లు

గ్రామంలో ఇలాంటి ఆచారం ఇంకా జరుగుతోందని తెలుసుకున్న నడిపమ్మ, సీతవ్వ ఆ గ్రామానికి వెళ్ళే ప్రయత్నం చేశారు. ఊరి సరిహద్దులోనే గ్రామ పెద్దైన వెంకటరెడ్డి మనుషులు ఊరిలోకి వస్తే చంపుతామని బెదిరించారు. ఏమీ చేయలేక నడిపమ్మ గుంపు వెనక్కు వెళ్లారు.

వెంకట్ రెడ్డి అమ్మాయిలను దేవదాసీలుగా మార్చి, వాళ్లను శారీరకంగా అనుభవించిన తర్వాత ఇక్కడే ఉంటే మీ బతుకులు మారవని నమ్మబలికి ఇతర రాష్ట్రాలకు, దేశాలకు అమ్ముతున్నాడని, వేశ్యలుగా మారుస్తున్నాడని, వేశ్యా వృత్తి వృత్తిలోకి దించి ఆ డబ్బును స్వాహా చేస్తున్నాడని తెలుసుకుంది.

వెంటనే పోలీస్ స్టేషన్ లో వెంకట రెడ్డి మీద కేసు పెట్టింది. కేసు నమోదు అయ్యింది కాని విచారణ జరగలేదు. ఎందుకంటే వెంకట రెడ్డికి ఒక పెద్ద రాజకీయ నాయకుడి అండ ఉంది. వాడి సహకారంతోనే వెంకట రెడ్డి చెలరేగిపోతున్నాడు. ఇప్పటివరకు దాదాపు రెండు వేల మంది ఆడ పిల్లలను అనేక రాష్ట్రాలకు, కొన్ని దేశాలకు అమ్మాడని తెలుసుకుంది. కేవలం ఉంతకల్లు గ్రామం నుండే కాకుండా కదిరి, రాయచోటి, రాయదుర్గం, కళ్యాణ దుర్గం, అనంతపురం, కడప, చిత్తూరు, ఇంకా రాష్ట్రంలో అనేక ప్రాంతాల నుండి ఈ నీచ దందా జరుగుతోందని తెలిసి నివ్వెరపోయింది.

సమాజం ఎంత ముందుకు సాగినా మహిళలకు అనేక రకాలుగా సమస్యలు ఉండనే ఉన్నాయని తెలుసుకుంది. బాల్య వివాహాలు, కన్యాశుల్కం, సతీసహగమనం, దేవదాసి విధానం,

మహిళలను వేశ్యలుగా మార్చడం, శృంగార వస్తువులుగా చేయడం కాలానికి అనుగుణంగా జరుగుతూనే ఉన్నాయని మదనపడింది.

మహిళలు వాళ్ల కాళ్ల మీద నిలబడాలని, ఆర్థిక స్వేచ్ఛ ఉండాలని, ఉన్నత చదువులు చదువుకొని సమాజం గురించి అవగాహన పెంచుకోవాలని అనుకుంది. మహిళలు మూఢనమ్మకాలను, మూఢవిశ్వాసాలను, సంస్కృతిని, సంప్రదాయాన్ని గుడ్డిగా నమ్మినంత కాలం ఏదో ఒక సమస్య పీడిస్తూనే ఉంటుందని బలంగా నమ్మింది. అదే విషయాన్ని అనేక సభల్లో, సమావేశాల్లో చెప్పింది.

***

'ఏం రా వెంకట రెడ్డి? ఎవరది? ఏమంట దాని గోడు?'

'అదొక జోగిని ముండ, చాలా ఏళ్లు జైలులో ఉండి వచ్చింది. దాని వెనుక చాలా మంది ఉన్నారు. ఏందో హోం కూడా నడుపుతోంది. మన ఊళ్లో దేవదాసీలు ఉన్నారని తెలిసి వచ్చింది. మన గురించి మొత్తం తెలుసుకొని పోలీసు కేసు పెట్టింది. పోలీసు కుక్కలకు మనం లక్షల్లో డబ్బు ఇస్తున్నామని దానికి తెలియదు పాపం. మీరేం కంగారు పడకండి నేను చూసుకుంటా.'

'నా పేరు బయటకు రాకూడదు, వస్తే నువ్వు ఉండవు. అవసరమైతే దాన్ని చంపేయ్.'

దేవుడి భార్య 95

'ఆడముండ, అందులోను దేవదాసీది. అదేం చేస్తుంది సార్. మీరు టెన్షన్ పడకండి నేను చూసుకుంటానని మంత్రితో ఫోన్ మాట్లాడి పెట్టేశాడు వెంకటరెడ్డి.'

నడిపమ్మను తక్కువ అంచనా వేశాడు. ఆడది ఏం చెయ్యదని భ్రమపడ్డాడు. కొడితేనో, తిడితేనో, తరిమితేనో పారిపోతుంది, భయపడుతుంది, బెదురుతుంది, జంకుతుందనుకున్నాడు.

నడిపమ్మ ఒక అడుగు వెనక్కి వేసింది బలాన్ని పెంచుకోడానికి, వెంకటరెడ్డి మూలాలను తెలుసుకోడానికి, న్యాయపరంగా ముందుకు సాగడానికి.

రెండు వందల మందిని వెంటబెట్టుకొని మళ్ళీ ఉంతకల్లు గ్రామానికి చేరుకుంది. తన వెంట పోలీసులు ఉన్నారు. అందరూ డబ్బులు తినే పోలీసులే ఉంటారనుకోవడం వెంకటరెడ్డి మూర్ఖత్వం, కొవ్వు. వెంకట రెడ్డి మనుషులు అడ్డుపడ్డారు, ఊళ్లోకి రాడానికి వీల్లేదని అరిచారు, తోశారు, కొట్టడానికి ముందుకు వచ్చారు. తోపులాట, దొబ్బులాట.

'ఎందుకు రాకూడదు? ఇది స్వతంత్ర భారతదేశంలో భాగం కాదా? ఈ ఊళ్లో అమాయక ఆడపిల్లలను దేవదాసీలుగా మారుస్తున్నారు. వేశ్యలుగా మార్చి ఇతర రాష్ట్రాలకు, దేశాలకు అమ్ముతున్నారనే సమాచారం ఉంది.'

'ఊళ్లో ఉన్న దేవదాసీలతో మాట్లాడాలి, పోలీసుల అనుమతి కూడా ఉందని గట్టిగా సమాధానం చెప్పింది. పులిలా

పంజా విసిరింది, వెంకటరెడ్డి మనుషులను తోసుకుంటూ, దొబ్బుకుంటూ ఊళ్లోకి అడుగు పెట్టింది.'

వెంకట రెడ్డి మనుషులను పోలీసులు అడ్డుకున్నారు. ఊళ్లో ఉన్న ప్రజలతో, దేవదాసీలతో నడిపమ్మ గుంపు మాట్లాడింది, విషయాన్ని తెలుసుకుంది. ప్రస్తుతం ఊళ్లో వంద మందికి పైగా దేవదాసీలు ఉన్నట్లు గుర్తించారు.

త్వరలో వాళ్లను కూడా అమ్ముతున్నట్లు తెలుసుకున్నారు. తగిన సాక్ష్యాలను సేకరించి పోలీసులకు అప్పగించారు. ఇప్పటి వరకు ఎంతో మంది ఆడపిల్లలను అమ్మినారని, వారి వివరాలు కనుక్కొని విడిపించాలని, సొంత ఊళ్లకు పంపాలని డిమాండ్ చేశారు.

ఊళ్లో జరిగిన తతంగం గురించి మంత్రికి తెలిసి వెంకట రెడ్డి మీద ఇంతెత్తు లేచినాడు. నడిపమ్మ గురించి పూర్తిగా తెలుసుకున్నాడు మంత్రి. నడిపమ్మ తలుచుకుంటే ఏమైనా చేస్తుందని నడిపమ్మను చంపడమే ఉత్తమమని వెంకటరెడ్డికి సలహా ఇచ్చినాడు.

'సార్ నడిపమ్మను చంపడం అంత తేలిక కాదు. దాని వెంట ఎప్పుడూ పది మంది ఉంటారు. గుంపులు గుంపులుగా మనుషులను వేసుకొని తిరుగుతుంటుంది. పైగా దాన్ని చంపితే పెద్ద దుమారం అయ్యే ప్రమాదం ఉంది.'

'ఏందిరా? అదేదో ముఖ్యమంత్రి అయినట్టు చెప్తున్నావు. పెద్ద పెద్ద వాళ్లనే చంపి నామరూపాలు లేకుండా చేసినోన్ని ఒక

ఆడదాన్ని చంపడం నాకు కుదరదు అనుకుంటున్నావా? నీ వల్ల కాకపోతే చెప్పు నేను మనుషులను పంపుతా పడుకున్నప్పుడే దాన్ని పైకి పంపుతారు. అది గాని ధర్నాలు, సభలు అంటూ రోడ్డుకు ఎక్కిందంటే మన దందా అందరికీ తెలిసిపోయే ప్రమాదం ఉంది. సమస్య చిన్నగా ఉన్నప్పుడే తెంపాలి.'

'సరే అయ్యా! మీరు చెప్పినట్టే నడిపమ్మను కాటికి పంపే ఏర్పాటు చేస్తాను.'

మూడు రోజుల తర్వాత 'హోం ఫర్ దేవదాసి' మీద అర్థరాత్రి దుండగుల దాడి జరిగింది. నడిపమ్మతో పాటు రామక్క, లచ్చుమ్మను కూడా చంపేశారు. హోంలో ఉన్న నగదు, ఇతర విలువైన వస్తువులను ఎత్తుకెళ్ళిపోయారు.

నిద్రపోతున్న నడిపమ్మ మీద కత్తులతో దాడి చేశారు. నడిపమ్మ ఏమాత్రం భయపడకుండా వారిని ఎదిరించింది, తప్పించుకోడానికి ప్రయత్నం చేయలేదు, వాళ్లను ఎదుర్కోడానికే శతవిధాల ప్రయత్నం చేసింది.

పది మంది చుట్టుముట్టి కత్తులతో, పిడి బాకులతో, గొడ్డళ్ళతో దాడి చేశారు. నడిపమ్మ నిరాయుధురాలు అయినా కూడా ఒకన్ని ఎగిచ్చి తన్నింది, ఇంకొకడిని గోడకేసి బాదింది. నడిపమ్మ పొట్టలోకి కత్తిని గుచ్చాడొకడు, గుండెలపై గొడ్డలితో నరికాడు మరొకడు, కన్నుల్లో కత్తులతో పొడిచారు, తొడలను చీల్చారు, సగం గొంతు రంపంతో కోశారు. పాలిండ్లను కోసి విసిరేశారు, మర్మాంగంపై సూదులతో గుచ్చారు, చెప్పడానికి వీలు లేని విధంగా నడిపమ్మ హత్య జరిగింది.

నడిపమ్మను చంపాలంటే కత్తితో పొడిస్తే సరిపోతుంది కానీ అలా చేయలేదు. నడిపమ్మ హత్యతో ఉంతకల్లుకు ఎవరూ రాకూడదు, ఉంతకల్లు పేరు తలుచుకుంటే నడిపమ్మ హత్య గుర్తు రావాలని అలా చంపారు.

అది మంత్రి చేయించిన ఉన్మాదపు హత్య, ఉగ్రవాద హత్య, మగ అహంకార హత్య, డబ్బు హత్య, విలువలు కోల్పోయిన మానవత్వం లేని సమాజ హత్య. ఇలాంటి హత్యలు చేసే వారిని ప్రజాప్రతినిధులుగా ఎన్నుకోవడం ప్రజలు చేస్తున్న పొరపాటు, తప్పు, అవసరం, నోటుకు ఓటును అమ్ముకోవడం. మంత్రి ప్రత్యక్ష హత్య చేస్తే ప్రజలు నడిపమ్మను పరోక్షంగా హత్య చేశారు.

నడిపమ్మ, రామక్క, లచ్చుమ్మ హత్యల గురించి రాష్ట్ర వ్యాప్తంగా పెద్ద దుమారమే లేసింది. పత్రికల్లో పతాక శీర్షికల్లో నడిపమ్మ హత్య గురించి వార్తలు వచ్చాయి. నడిపమ్మ హత్య వెనుక ప్రభుత్వం ఉంది, ప్రభుత్వ పెద్దల హస్తం ఉన్నది, స్వయంగా మంత్రే దగ్గరుండి హత్య చేయించారనే వార్తలు గుప్పుమన్నాయి.

ఆరు నెలలు గడవక ముందే నడిపమ్మ హత్యకు కారకులైన దుండగులను పట్టుకున్నారు.

హోంలో ఉన్న డబ్బును మాత్రమే దొంగలించాలని చూశామని కాకపోతే నడిపమ్మ, రామక్క, లచ్చుమ్మ అడ్డు రావడంతో వాళ్లను చంపాల్సి వచ్చిందని హంతకులు చెప్పారని పోలీసులు తెలియజేశారు.

దేవుడి భార్య ⚛ 99

వెంకటరెడ్డికి కాని, ప్రభుత్వానికి కాని ఈ హత్యతో ఎలాంటి సంబంధం లేదని నిస్సిగ్గుగా తేల్చారు.

'హోం ఫర్ దేవదాసి' సంస్థ కొత్త అధ్యక్షురాలిగా మీనాక్షిని ఎంపిక చేసుకున్నారు సంస్థ సభ్యులు.

సీతవ్వ, అనసూయ అధ్వర్యంలో మీనాక్షి హోం పనులను చూసుకోవడం మొదలు పెట్టింది. నడిపమ్మ హత్యపై తమకు తగిన న్యాయం జరగలేదని సుప్రీమ్ కోర్టులో కేసు వేశారు. కేసును స్వీకరించింది కోర్టు. విచారణ సాగుతోంది, ఎన్ని రోజులో?, ఎన్ని నెలలో?, ఎన్ని సంవత్సరాల్లో?.

మీనాక్షి అధ్వర్యంలో హోం ఫర్ దేవదాసి సంస్థ సభ్యులు మళ్ళీ ఉంతకల్లు గ్రామానికి చేరుకున్నారు. ధర్నా చేశారు, సభ నిర్వహించారు. నా తల్లిని చంపింది మంత్రి రవీంద్రనాథ్ రెడ్డే అని ప్రకటించింది మీనాక్షి.

నేను చంపినానని నిరూపిస్తే మంత్రి పదవికి రాజీనామా చేసి ఎలాంటి శిక్ష వేసిన స్వీకరిస్తా అన్నాడు. కోర్టులపై అంతటి నమ్మకం, లంచగొండితనంపై అంతటి విశ్వాసం, అధికారం ఉంటే ఏమైనా చేయవచ్చని నమ్మకం, ఎవరూ ఏమీ చేసుకోలేరని కొవ్వు, బలుపు, అహంకారం, పొగరు.

ఉంతకల్లు గ్రామంలో ఉన్న దేవదాసీలను సంస్థలో చేర్చుకున్నారు. ఉంతకల్లు నుండి ఎంతమంది ఆడపిల్లలు మాయం అయ్యారో వివరాలు తెలుసుకొని మిస్సింగ్ కేసు నమోదు చేశారు.

నడిపమ్మ హత్యను దృష్టిలో పెట్టుకొని మీనాక్షికి మరియు సంస్థ ముఖ్య సభ్యులైన అనసూయ, సీతవ్వకు కూడా రక్షణ ఏర్పాటు చేసింది రాష్ట్ర ప్రభుత్వం. తన తల్లిని హత్య చేయించిన మంత్రిని వెంటనే పదవి నుండి తొలగించాలని, మంత్రిపై విచారణ జరపాలని రాజధాని నగరంలో ధర్నా చేశారు. రెండు వేల మంది దేవదాసీలు, మూడు వేల మంది సంస్థ కార్యకర్తలు ధర్నాకు హాజరయ్యారు.

ప్రభుత్వంపై, ముఖ్యమంత్రిపై తీవ్రమైన వ్యతిరేకత రావడంతో మంత్రి గారి మీద కేసు నమోదు చేసి మంత్రి పదవి నుండి తొలగించారు. మంత్రిపై విచారణ జరిగింది.

నడిపమ్మ, సంస్థ ప్రధాన సభ్యులను మంత్రే హత్య చేయించినట్లు ప్రాథమిక దర్యాప్తులో తేలింది. కేసు ముందుకు వెళ్తే రాజకీయంగా తనకు మంచిది కాదని మీనాక్షి, అనసూయను పిలిపించాడు సదరు మంత్రి.

'కేసు వాపసు తీసుకుంటే కోటి రూపాయలు ఇస్తానని ఆశ చూపాడు.'

'నా తల్లి ప్రాణానికి, నా తల్లి వీరత్వానికి, నా తల్లి త్యాగానికి, నా తల్లి పోరాటానికి, నా తల్లి ఆశయానికి కోటి రూపాయలను వెల కడుతున్నావా? నీ లాంటివారిని ఎంతోమందిని ఎదిరించి అనుకున్న గమ్యానికి చేరుతోందనే సమయంలో నా తల్లిని మట్టుపెట్టావు. నీకు శిక్ష పడటం నేను చూడాలి.'

'నాకు శిక్ష పడుతుందనుకోవడం మీ భ్రమ, అమాయకత్వం, మూర్ఖత్వం'

'శిక్ష పడుతుందని తెలిసే.. బేరం ఆడటానికి మమ్మల్ని పిలిపించావు'

'రెండు కోట్లు ఇస్తాను'

'డబ్బుకు లొంగేదాన్ని కాదు'

'మూడు కోట్లు ఇస్తాను'

'డబ్బుతో నన్ను కొనలేవు'

'నాలుగు కోట్లు'

'అనవసరంగా నీ, నా సమయాన్ని వృధా చేయకు'

'పది కోట్లు ఇస్తాను'

'మొత్తం డబ్బులను 'హోం ఫర్ దేవదాసి' సంస్థకు బదిలీ చేసిన తర్వాత కేసు వెనక్కి తీసుకుంటాను.'

'పక్కనే ఉన్న అనసూయ తప్పు చేస్తున్నావు మీనాక్షి అని హెచ్చరించింది.'

'నేను ఏం చేయాలో నాకు తెలుసు.'

'అనసూయ, సీతవ్వ అక్కడి నుండి వెళ్ళిపోయారు.'

'తన తల్లి ఆశయాన్ని తుంగలో తొక్కిన మీనాక్షిని సంస్థ అధ్యక్ష స్థానం నుండి తొలగించాలని సీతవ్వ కోపంగా, ఆవేశంగా అనసూయతో చెప్పింది.'

'తొందరపడకు'

'ఇలానే వదిలేస్తే సంస్థ నిధులను కూడా దోచుకుంటుంది.'

'ఆవేశపడకు'

'నీకు కూడా డబ్బు ఇస్తానని చెప్పిందా?'

'ఎంత మాట అన్నావు సీతవ్వా? డబ్బు కోసమే అయితే ఇంతవరకు ఎందుకు వస్తాను? దేవదాసీగా ఉన్నప్పుడే మిమ్మల్ని వదిలి నా దారి నేను చూసుకునే దాన్ని. మీనాక్షితో మాట్లాడుదాము.'

'మన ముందే డబ్బుకు లొంగిపోయిన దానితో ఏం మాట్లాడుదాము?.'

'అనసూయ, సీతవ్వ హోంకి చేరుకున్నారు.'

'ఆ వెనుకే మీనాక్షి కూడా హోంకి చేరుకుంది.'

'నీ తల్లి ప్రాణాన్ని, ఆశయాన్ని పది కోట్లకు అమ్మినావా?'

'భయంకర మౌనం'

'నిన్ను నమ్మి.. అధ్యక్ష స్థానంలో పెడితే ఇదా చేసేది?'

'మనసును ధ్వంసం చేసే మౌనం'

దేవుడి భార్య ⚛ 103

'నువ్వు ఇలాంటి దానివి అనుకోలేదు'

'సమాధి మౌనం'

'మాట పడిపోయిందా?'

'మౌనం మాటగా మారే దశలో మీనాక్షి'

"తన నిర్ణయం, తన ఆలోచన, తన నడక, తన తెగింపు, తన కసి, తన విధానం, తన గమనం సరిగా నడుస్తున్నాయా?."

"మీనాక్షి నోటి నుండి మాట పెగిలింది, విడిగింది, పరిమళించింది, మ్రోగింది, వెలిగింది"

'నా తల్లిని చంపించినవాడిని నేనెందుకు వదులుతాను? వాడికి శిక్ష పడే వరకు వదిలే ప్రసక్తే లేదు. సంస్థ ఎకౌంటులో డబ్బు వేయడంతో వాడే నేరుగా హత్య చేసినట్లు ఒప్పుకున్నట్లే. కేసు వాపసు చేసుకోడానికి డబ్బు వేశాడని కోర్టుకు చెప్పుదాము. లేదు నేను పంపలేదంటే ఆ డబ్బు మన హోంకి పనికొస్తుంది. పంపానని ఒప్పుకుంటే వాడికి శిక్ష పడుతుంది. డబ్బు పంపినట్లు పోలీసుల విచారణలో తప్పకుండా తెలుస్తుంది.'

'మీనాక్షి ఉపాయానికి అనసూయ, సీతవ్వ ఆశ్చర్యపోయారు. తప్పుగా అర్థం చేసుకున్నందుకు క్షమించమని అడిగారు.'

'మీరు నాకు తల్లుల లాంటి వారు. నాకు తల్లి లేని లోటును మీరిద్దరూ తీరుస్తున్నారు. మనమంతా కలిసి అమ్మ ఆశయాన్ని ముందుకు తీసుకెళ్లాలి అని వెక్కి వెక్కి ఏడ్చింది.'

'మీనాక్షిని అనసూయ తన గుండెలకు హత్తుకుంది. సీతవ్వ మీనాక్షి తల నిమిరింది.'

'కోర్టులో వాదనలు జరిగాయి. డబ్బు ఎందుకు వేశావని జడ్జ్ గారు అడిగారు?'

'చాలా రోజుల క్రితం సంస్థకు నేను ఇచ్చిన డొనేషన్ అన్నాడు.'

'అన్ని కోట్ల రూపాయలు ఒకే సంస్థకు ఇవ్వడానికి గల కారణం ఏమిటో దర్యాప్తు చేయాలనీ, దానం చసిన డబ్బు అవినీతి డబ్బో, కాదో విచారణ చేయాలనీ పోలీసులను ఆదేశించారు జడ్జ్ గారు.'

మూడు నెలల తర్వాత అమ్మాయిల అక్రమ రవాణా నిజమేనని తేలింది, అవినీతి చేసి డబ్బును కూడా చాలా సంపాదించాడని మంత్రిపై నేరం రుజువైంది. 14 సంవత్సరాల జైలు శిక్ష పడింది. మంత్రి ఆస్తులను జప్తు చేసినారు. వెంకటరెడ్డికి 7 సంవత్సరాల శిక్ష పడింది.

దాదాపుగా 2000 మంది అమ్మాయిలను అక్రమ రవాణా చేసినట్లు తెలిసింది. వారి వివరాలు తెలుసుకొని దాదాపుగా 1200 మందిని కాపాడింది రాష్ట్ర ప్రభుత్వం. వేశ్యలుగా ఉన్న వారికి ఉపాధి

కల్పించింది, చిన్న చిన్న వ్యాపారాలు చేయడానికి బ్యాంకుల నుండి లోన్స్ ఇప్పించింది.

అమ్మాయిలను కాపాడటానికి, దేవదాసి దురాచారం రూపుమాపడానికి తన ప్రాణాన్ని వదిలిన నడిపమ్మకు భారత ప్రభుత్వం పద్మభూషణ్ అవార్డు, సీతవ్వ, అనసూయ, లచ్చుమ్మ, రామక్కకు పద్మశ్రీ అవార్డును ప్రకటించింది.

అవార్డు తీసుకోడానికి మీనాక్షి, అనసూయ, సీతవ్వ ఢిల్లీకి వెళ్లారు. పార్లమెంట్ సెంట్రల్ హాల్ లో అవార్డును అందుకున్నారు. మీనాక్షికి కన్నీళ్లు ఆగలేదు, తన తల్లికి దగ్గాల్సిన గౌరవం, తన తల్లి కష్టం, తన తల్లి ఆశయం, తన తల్లి పిడికిలి, తన తల్లి చేసిన తెగింపు గుర్తు వచ్చాయి. నడిపమ్మను తలుచుకొని గౌరవంగా, గర్వంగా, దేవదాసీగా కాకుండా స్వతంత్ర మహిళగా తనను తాను తలుచుకొని సంతోషపడింది.

"అవార్డు తీసుకున్న తర్వాత మీడియా సమావేశానికి హాజరయ్యింది మీనాక్షి బృందం."

'భ్రూణ హత్యలు, బాల్యంలో లైంగిక వేధింపులు, బాల్య వివాహాలు, మహిళలకు దేవాలయ నిషేధం, సతీ సహగమనం, స్త్రీ సామాజిక నిర్బంధం, స్త్రీ పురుష అసమానతలు, వరకట్నం, సంఘ బహిష్కరణ, వెలివేత, స్త్రీల వెట్టి చాకిరి, సంస్కృతీ సంప్రదాయం పేరుతో స్త్రీలపై దాడులు, సామూహిక అత్యాచారాలు, నగ్న నృత్యాలు, వేశ్యలుగా మార్చడం, శారీరకంగా, ఆర్థికంగా, మానసికంగా స్త్రీలను దోచుకోవడం, గుడి, బడి, వీధి, వాడ, గ్రామం, పట్టణం, నగరమనే తేడా లేకుండా స్త్రీలపై అత్యాచారాలు, వివక్ష,

చిన్నచూపు, వంటగది బానిస, శృంగార వస్తువు, స్త్రీలను అమ్మడం, స్త్రీలను అలంకార వస్తువుగా మార్చడం, సుఖాన్ని ఇచ్చే యంత్రంగా భావించడం, వివాహ వ్యవస్థ, కుల వ్యవస్థ, వర్ణ వ్యవస్థలలో అనేక రకాలుగా అణగతొక్కడం, భర్త చనిపోయిన స్త్రీలపై అభియోగాలు, అపనిందలు, వితంతువుగా మార్చడం, ఇష్టంలేని వివాహాలు చేయడం, అక్రమ సంబంధాలు అంటగట్టడం, పురుషుడితో సమానంగా గౌరవించకపోవడం, స్త్రీలను ద్వితీయ శ్రేణి పౌరురాలిగా చూడటం, పురుషుడికి మహిళను దాసిగా భావించడం, లింగ వివక్ష, అన్ని మతాలు, పురాణాలు, నీతులు, కట్టుబాట్లు స్త్రీ స్వేచ్ఛను నిరాకరించి, వారికి సంకెళ్ళు వేసేవిగా ఉంటడం, గర్భిణి మహిళ యొక్క శవాన్ని చింతచెట్టుకు కట్టేయడం, కప్పతో, కుక్కతో, చెట్లతో బాలికలకు వివాహాలు చేయడం, వితంతువులకు వివాహాలు చేయకపోవడం, దిగువ కులాలుగా పిలవబడుతున్న స్త్రీలపై అరాచకాలు, అంటరానితనం, యాసిడ్ దాడులు, ప్రేమ వేధింపులు, నమ్మించి మోసం చేయడం, అత్తింటి సాధింపు, పుట్టింటి వారు స్త్రీలను మైనస్ అనే భావనతో చూడటడం, అన్నా, తమ్ముడు, తండ్రి, మామ, మరిది ఇలా ప్రతి ఒక్కరితో శారీరక వేధింపులకు గురి కావడం, ఉద్యోగ స్థలాల్లో వేధింపులు, బాడీ షేమింగ్ చేయడం, వెక్కిరించడం, గేలి చేయడం, అవహేళన పరచడం, పిల్లలు లేని గొడ్డు అని పిలవడం, వేషధారణ విషయంలో ఆంక్షలు, అడ్డుగీతలు, నెలసరి సమయంలో బహిష్కరించడం, ఇష్టం లేకపోయినా భర్తకు సుఖాన్ని ఇవాల్సి రావడం, ఎలా ఉన్నా, ఎక్కడ ఉన్నా భర్త అడగగానే తన పక్కలో పండటం, రాజులు, దొరలు, దుండగులు, రాజకీయ నాయకులకు వ్యభిచారులుగా ఉండాల్సి రావడం, ఆడపిల్లలను చెత్త కుప్పల్లో పడేయడం, భోగం వీధులు, భోగం

డ్యాన్సులు, అనేక రంగాల్లో స్త్రీలకు అవకాశాలు ఇస్తామని చెప్పి శారీరకంగా వాడుకోవడం, సినిమాల్లో స్త్రీలను నగ్నంగా చూపడం, సాహిత్యంలో స్త్రీలను దారుణంగా వర్ణించడం, దిగజారుడు మాటలు మాట్లాడటం, సామాజిక మాధ్యమాల్లో వేధింపులు, పరదా, లాంటి అనేక సమస్యల్లో, దాడుల్లో దేవదాసి అనే సంప్రదాయాన్ని దళిత, మైనారిటీ మహిళలపై రుద్ది వారిని ఊరుమ్మడి ఆస్తిగా చేసి శారీరకంగా వాడుకోవడానికి కొందరు అగ్ర కులాల వారు ప్రవేశపెట్టిన భయంకరమైన, దారుణమైన, అన్యాయమైన, అరాచకమైన, అక్రమమైన ఆచారం దేవదాసి.

నేటికీ చాలాచోట్ల మహిళలను దేవదాసీలుగా మారుస్తున్నారు. భారతదేశంలో కొన్ని వేల మంది దేవదాసీలు ఉన్నారు. ప్రతి రోజూ వందల మందిని దేవదాసీలుగా చేస్తున్నారు. ఈ దుర్మార్గమైన ఆచారం, సంప్రదాయాన్ని ప్రపంచం నుండి తరిమి కొట్టాలి. అలా చేయాలంటే ప్రజల్లో చైతన్యం రావాలి. స్త్రీలను పురుషులతో సమానంగా తల్లిదండ్రులు చదివించాలి.

వరకట్నాన్ని సంపూర్ణంగా నిషేధం చేయాలి. వరకట్నం తీసుకుంటే వెంటనే శిక్షలు అమలు అవ్వాలి. స్త్రీల ఆలోచనా విధానంలో మార్పు రావాలి. మన అమ్మ, అమ్మమ్మ లాగే ఉంటే నేటి సమాజంలో బతకడం కష్టం. సమాజానికి తగిన విధంగా మన ఆలోచనా విధానాన్ని మార్చుకోవాలి. పురుషులకు ఏమాత్రం తక్కువ కాదని మనల్ని మనం నమ్మాలి. ఆర్థిక సాధికారత సాధించాలి, భద్రత విషయంలో తగిన జాగ్రత్తలు తీసుకోవాలి, స్వేచ్ఛగా, స్వతంత్రంగా ఆలోచించాలి, మనకు ఏం కావాలో మనమే తెలుసుకోవాలి, దాని కోసం శ్రమ చేయాలి.

దేవుడు, భక్తి, మడి, సంప్రదాయం, ఆచారం, సంస్కృతి పేరుతో వెనకడుగు వేయడం సరైన విధానం కాదు. మనం ఎంచుకున్న రంగంలో విజయం సాధించడానికి ఏది అడ్డు వచ్చినా దాన్ని అధిగమించి ముందుకు సాగాలి.

పౌర హక్కులు, మానవ హక్కులు, ప్రాథమిక హక్కులు, భార్య హక్కులు, సామాజిక హక్కులు, ఆర్థిక హక్కులు, శారీరక హక్కులు ఇలా అనేక విషయాల గురించి అవగాహనతో ఉండాలి. తమ హక్కుల కోసం పోరాటం చేయాలి, ఎదిరించాలి.

తల్లిదండ్రులు, కుటుంబ సభ్యులు, భర్త, సమాజం, ప్రభుత్వాలు స్త్రీలను అన్ని రంగాల్లోకి వెళ్ళేలా ప్రోత్సహించాలి. భార్యగా, తల్లిగా, చెల్లిగా, అక్కగా మాత్రమే కాకుండా రాజకీయ, ఆర్థిక, సామాజిక రంగాల్లో ఉన్నత పదవుల్లో ఉండి దేశాన్ని ముందుకు నడపడంలో తమ వంతు కృషి చేసేలా సహకరించాలి. మహిళలను కేవలం వంటిటి కుందేళ్ళుగా చూడటం మానాలి.

నేను మాట్లాడిన దాంట్లో ఏమైనా తప్పు ఉంటే క్షమించాలని కోరుతూ ఈ అవార్డు మేము చేస్తున్న పోరాటానికి మంచి ప్రోత్సాహకమని భావిస్తూ కేవలం దేవదాసీలకు మాత్రమే కాకుండా అనేక రకాలుగా వేధింపబడుతున్న, వెనకబడుతున్న మహిళలకు అండగా ఉండటానికి ప్రయత్నం చేస్తామని చెప్పింది మీనాక్షి.

మొదటి నుండి తమ ఊళ్ళో దేవదాసి విధానాన్ని ఎలా ఎదిరించింది, చేసిన హత్యల గురించి, జైలు జీవితం గురించి, నడిపమ్మ హత్య గురించి, వారు చేసిన ప్రయాణంలో ఎదురైన

సంఘటనల గురించి విలేకర్లు అడిగిన ప్రశ్నలకు సమాధానాలు ఇచ్చారు సీతవ్వ, అనసూయ.

మరుసటి రోజు నడిపమ్మ, మీనాక్షి, సీతవ్వ, అనసూయ గురించి పత్రికల్లో వచ్చాయి. 'హోం ఫర్ దేవదాసి' సంస్థకు కేంద్ర, రాష్ట్ర ప్రభుత్వాలు పెద్ద మొత్తంలో నగదును అందించాయి. దేవదాసి విధానాన్ని రూపుమాపడానికి మాత్రమే కాకుండా అనాథ మహిళలకు, అనాథ ఆడ పిల్లలకు ఆశ్రమాలు కట్టించడం, స్కూల్స్ కట్టించడం లాంటి సామాజిక సేవలు విస్తృతంగా చేశారు.

రెండేళ్ల కాలంలోనే రాష్ట్రంలో ఒక పెద్ద సంస్థగా, శక్తిగా మారి మహిళలకు ఎక్కడ అన్యాయం జరుగుతోందంటే అక్కడికి వెళ్ళడం, వాళ్ల తరపున పోరాడటం, వాళ్లకు అవసరమైన సదుపాయాలు అందించడం చేశారు.

నడిపమ్మ వేసిన 'హోం ఫర్ దేవదాసి' అనే బీజం మొక్కగా, చెట్టుగా, వృక్షంగా, మహా వృక్షంగా మారి ఎందరికో నీడను ఇస్తోంది. నడిపమ్మ ఆశయం అనేక ఉక్కు పిడికిళ్లుగా మారి పోరు బాట పట్టాయి.

***

“నేను అతని భార్యను అని కాకుండా అతను నా భర్త అనే స్థాయికి స్త్రీలు ఎదగాలని, సమాజం కూడా అలాంటి చూపుతోనే చూడాలని మనస్ఫూర్తిగా కోరుతున్నాను.”

-శుభం-

జీవిత సూచిక

1. పేరు : జాని తక్కెడశిల
2. కలం పేరు : అఖిలాశ
3. పుట్టిన తేది : 08-06-1991
4. తల్లిదండ్రులు : టి.ఆశ, టి.చాంద్ భాష
5. తోబుట్టువులు : టి. జాకీర్ బాషా, M.B.A,
   టి. అఖిల, B.B.A
6. సహధర్మచారిణి : నగ్మా ఫాతిమా, M.COM

విద్యార్హతలు

తొలి చదువు:

- ఒకటి నుండి తొమ్మిదో తరగతి వరకు నాగార్జున హైస్కూల్, పులివెందుల, వై.ఎస్.ఆర్ జిల్లా.
- పదవ తరగతి: ఎస్.బి మెమోరియల్ హైస్కూల్, ప్రొద్దుటూరు, వై.ఎస్.ఆర్ జిల్లా.
- డిప్లమా: ఎలక్ట్రానిక్స్ అండ్ కమ్యూనికేషన్ ఇంజనీరింగ్ (E.C.E) లయోలా పాలిటెక్నిక్ కాలేజ్ (Y.S.S.R), పులివెందుల.

మలి చదువు:

- బి.టెక్: ఎలక్ట్రానిక్స్ అండ్ కమ్యూనికేషన్ ఇంజనీరింగ్ (E.C.E) అమీనా ఇన్స్టిట్యూట్ అఫ్ సైన్స్ అండ్ టెక్నాలజీ, హైదరాబాద్.
- ఎం.టెక్: ఎలక్ట్రానిక్స్ అండ్ కమ్యూనికేషన్ ఇంజనీరింగ్ (E.C.E) శ్రీ వెంకటేశ్వర ఇన్స్టిట్యూట్ అఫ్ సైన్స్ అండ్ టెక్నాలజీ, కడప.
- హిందీ ప్రవీణ: దక్షిణ భారత హిందీ ప్రచార సభ, మద్రాస్.

ఇతర:

- P.G.D.C.A: టాప్లైన్ ఇన్స్టిట్యూట్, పులివెందుల.
- ఇంటర్మీడియట్: APOSS నుండి ఇంటర్మీడియట్ లో బై.పి.సి పూర్తి అయ్యింది.
- టెక్నికల్ కోర్సులు: C, Oops, C#, Dotnet, SQL, Oracle, Hardware & Networking, JAVA, JQUERY, HTML, Visual Basic, Amplitude, MS. Office, M.s dos.

బోధనానుభవం:

- మూడేళ్ళ పాటు పులివెందులలోని టాప్ లైన్ ఇన్స్టిట్యూట్ లో C, C++, Oracle, Hardware and Networking లాంటి కోర్సులను రెండు వేలకు పైగా విద్యార్థులకు భోదించారు.

ఉద్యోగం:

- మొదట సాఫ్ట్వేర్ గా పని చేశారు.
- 2016 నవంబర్ - 9 నుండి ఇప్పటిదాక ప్రతిలిపి తెలుగు విభాగాధిపతిగా సేవలు అందిస్తున్నారు.

ముద్రితమైన పుస్తకాలు

కవిత్వం

1. అఖిలాశ
2. విప్లవ సూర్యుడు
3. నక్షత్ర జల్లుల్లు (కొత్త సాహిత్య ప్రక్రియ)
4. బురద నవ్వింది
5. మట్టినైపోతాను (యాత్ర కవిత్వ సంపుటి)
6. గాయాల నుండి పద్యాల దాక
7. పరక

దీర్ఘకావ్యాలు:

1. 'వై' (తెలుగు సాహిత్యంలో హిజ్రాలపై రాసిన రెండవ దీర్ఘకావ్యం)
2. ఊరి మధ్యలో బొడ్రాయి (మర్మాంగంపై రాసిన తొలి తెలుగు దీర్ఘకావ్యం)

కథా సంపుటాలు:

1. ఘరూ (రాయలసీమ మాండలిక ముస్లిం మైనార్టీ కథలు)
2. కట్టెల పొయ్యి కథా సంపుటి.

నవలలు:

1. మది దాటని మాట ('గే' కమ్యూనిటీపై తొలి తెలుగు నవల)

2. రంకు (అక్రమ సంబంధాలపై ముస్లిం మైనార్టీ తెలుగు నవల)

3. దేవుడి భార్య (దేవదాసి వ్యవస్థపై రాసిన నవల)

4. జడకోపు (చెక్కభజన కళాకారుడి జీవితాన్ని ఆధారంగా చేసుకొని రాసిన నవల) అముద్రితం

5. చాకిరేవు (రజక కులస్తుల జీవితాల మీద రాసిన నవల) అముద్రితం

సాహిత్య విమర్శ:

1. వివేచని (యాభై వ్యాసాల విమర్శ సంపుటి)

2. అకాడమీ ఆణిముత్యాలు (కేంద్ర సాహిత్య అకాడమీ అవార్డు పొందిన పుస్తకాలపై వ్యాసాలు)

3. కవిత్వ స్వరం (ఆధునిక తెలుగు కవిత్వంపై విమర్శ వ్యాసాలు)

4. శివారెడ్డి కవిత్వం ఒక పరిశీలన (శివారెడ్డి కవిత్వంపై వ్యాస సంపుటి)

5. నడక (రాచపాళెం విమర్శపై వ్యాస సంపుటి)

6. సూచన (డా. ఎన్. గోపి గారి కవిత్వంపై వ్యాస సంపుటి)

హిందీ:

1. జిందగీ కె హీరే (నానోలు హిందీలో) నానోలను హిందీ సాహిత్యానికి పరిచయం చేసిన మొదటి పుస్తకం.

అనువాదం:

1. 22 మంది రచయితల బాలసాహిత్య తెలుగు కథలను ఆంగ్లంలోకి అనువాదం చేశారు. Ukiyoto అనే ప్రపంచ ప్రఖ్యాత పుస్తక ప్రచురణ సంస్థ 'Tiny Treasures' పేరుతో ముద్రించింది.
2. తెల్లరొమ్ము నల్లరొమ్ము (ఆంగ్లం నుండి తెలుగు అనువాద కవిత్వం)

సంపాదకత్వం:

1. మాతృస్పర్శ (160 మంది కవులు అమ్మపై రాసిన కవితలు)
2. తడి లేని గూడు (కథా సంపుటం)

బాలసాహిత్యం:

1. పాపోడు (రాయలసీమ కడప మాండలిక బాలసాహిత్య కథలు, కథలన్నీ పిల్లల సమస్యలపై మాత్రమే రాసినవి)
2. బాలసాహిత్యంలోకి(బాలసాహిత్య విమర్శ వ్యాసాలు)
3. బాలల హక్కులు (బాలల హక్కులపై తొలి తెలుగు బాలసాహిత్య నవల)

ముద్రణకు సిద్ధంగా:

తెలుగు:

1. వివిధ పత్రికలలో ముద్రించబడిన బాల సాహిత్య గేయ సంపుటి.
2. ఒక కథా సంపుటి, రెండు కవిత్వ సంపుటాలు.

ఆంగ్లం:

1. 'Lie' ఆంగ్ల కవిత్వ సంపుటి.
2. 'God's Land & other Stories' కథా సంపుటి.

పురస్కారాలు:

1. సత్రయాగం సాహిత్య వేదిక నుండి 'కవిమిత్ర' పురస్కారం.
2. బాలానందం సాహిత్య సంస్థ నుండి బాల సాహిత్య పురస్కారం.
3. చెన్నైకి చెందిన తెలుగు రైటర్స్ ఫెడరేషన్ నుండి 'తెలుగు-వెలుగు' పురస్కారం.
4. ఉమ్మడిశెట్టి ఉత్తమ కవితా పురస్కారం.
5. కలిమిశ్రీ ఉత్తమ కవితా పురస్కారం.
6. "వై" పుస్తకానికి శ్రీమతి శకుంతలా జైని స్మారక కళా పురస్కారం - 2019.
7. 'వివేచని' సాహిత్య విమర్శ సంపుటానికి కేంద్ర సాహిత్య అకాడమీ యువ పురస్కారం.

www.ingramcontent.com/pod-product-compliance
Lightning Source LLC
LaVergne TN
LVHW041613070526
838199LV00052B/3121
* 9 7 8 9 3 6 2 6 9 9 9 4 7 *